பலவகை பூங்கொத்து

நாடகப் பேராசிரியர்
பம்மல் சம்பந்த முதலியார்

Title: Palavagai Poongothu

Author: Pammal Sambandha Mudaliar

Language: Tamil

First Published on: 1958

Year of Publication: 2025

Book Format: Paperback

*Page Size: 6inch * 9inch*

Category: Essays

Subject: Fictional Essays

No. of pages: 62

ISBN: 978-81-997926-8-5

Published by: Nilan Publishers, Madurai, Tamilnadu, India

பொருளடக்கம்

என் தந்தை தாயர்

ப. விஜயரங்க முதலியார்

ப. மாணிக்கவேலு அம்மாள்

ஞாபகார்த்தமாக இந்நூல் அச்சிடப்பட்டது.

ஓர் ஆசிரியரின் கஷ்டங்கள்

(கட்டுக்கதை)

ஒருவன் தான் படும் கஷ்டங்களைத் தன் நண்பர்களுக்கு வாய் விட்டுத் தெரிவித்தால், அவைகளின் துயரம் பாதி ஆறுவான், என்று சொல்லப்பட்டிருக்கிறது. ஆகவே, இதை உங்களுக்குத் தெரிவிக்கிறேன்.

ஒரு வாரத்திற்கு முன்பாக ஒரு புதிய நாடகம் ரேடியோவிற்காக எழுதிக் கொடுப்பதாக ஒரு நண்பரிடம் வாக்கு கொடுத்தேன். அது முதல், தினம் அவர் அது பூர்த்தியாகி விட்டதா ? என்று கேட்க ஆரம்பித்தார். நான்கைந்து நாட்களாக, என் மூளையை நான் எவ்வளவு தான் கலக்கிய போதிலும், புதிய விஷயம் ஒன்றும் தோன்றவில்லை. என் புத்திக்கு! இன்று காலை எழுந்த பொழுது திடீரென்று ஒரு அற்புதமான விஷயம் என் புத்தியிற் பட்டது. அதை ஒரு சிறு நாடகமாக எழுதலாமென்று, ஆவலுடன், என் காலைக் கடனை விரைவில் முடித்துக் கொண்டு எழுத உட்கார்ந்தேன்.- என் வழக்கப்படி காகிதங்களை ஒழுங்காய் அடுக்கிக்கொண்டு -- என் பென்சிலை சீவிக்கொண்டு - பிள்ளையார் சுழி போட்டவுடன்--டக் டக் ! என்று ஒரு பெரிய சப்தம் என் காதில் விழுந்தது. இது என்னடா என்று நான் எழுந்து ஜன்னல் வழியாக வீதியில் பார்த்தால், என் கண் எல்லாம் புகையினால் சூழப்பட் டது. என் வீட்டிற் கெதிராக ஒரு முனிசிபல் ஸ்டீம் ரோலர் *(Steam roller)* வர ஆரம்பித்தது! உடனே என் அறையெல்லாம் புகை நிரம்பிவிட்டது. அந்த ஸ்டீம் ரோலர் என் வீட்டிற்கப்புறம் கொஞ்சம் தூரம் போகிற வரையில் என் கண்களையும் காதுகளையும் மூடிக் கொண்டிருந்தேன். பிறகு அப்புகையும் நீங்கி சப்தமும் குறைந்த பிறகு, என்னடா இது, பிள்ளையார் சுழி போட்டவுடன் இந்தத் தடை வந்ததே என்று கலங்கினவனாய், ஒருவாறு மனதைத் திடப்படுத்திக் கொண்டு, மறுபடியும் பென்சிலைக் கையிலெடுத்தேன்.

எடுத்தேனோ இல்லையோ, இரண்டு குழந்தைகளின் அழுகுரல் என் செவியிற் பட்டது. உடனே சிவராமன் எனும் என் பேரனும், சரோஜினி எனும் என் பேத்தியும் அழுதுகொண்டே, மெத்தைப்படி ஏறி என் அறைக்கு வந்தனர். நான் எதையும் பொறுப்பேன். குழந்தைகளின் அழுகுரலை மாத்திரம் எக் காரணத்தாலோ என்னால் பொறுக்கமுடியாது. ஆகவே எடுத்த பென்சிலை மறுபடியும் அதன் இருப்பிடம் வைத்து விட்டு, அவர்கள் அழுவதற்குக் காரணத்தை விசாரித்தேன்.-பின்வருமாறு,

"என்னாம்மா- சண்டே அது, சரோஜா !"

"தம்பி என்னெ அடிச்சான்!"

"ஏன்டா சிவராமா? அக்காளே அடிச்சே?"

"அக்காள் என்னெ கிள்ளனா'"

"நீ ஏம்மா அவனே கிள்ளனே ?"

"அவன் என்னே திட்டனா!"

"நீ ஏனடா அக்காளே திட்டனே ?'

"அக்காள் என்னே மொட்டெ இண்ணா ?"

இப்படி போய்க் கொண்டிருந்தால் வியாஜ்யம் முடியாதென்று, அத் துடன் நிறுத்திக்கொண்டு-"சரோஜி ! நீ தம்பியை மொட்டை இண்ணு சொல்லக்கூடாது. என்று தீர்மானம் சொல்லி அவர்களைக் கீழே அனுப்பினேன். பாதி படி இறங்கிப் போகுமுன் மறுபடி இரண்டு பெயரும் மெத்தைக்கு வந்தார்கள். சிவராமன், "அக்காள் என்னைத் திட்டுகிறாள்" என்று வியாஜ்யம் கொண்டுவந்தான்.

சரோஜி-"நான் திட்டவே இல்லே தாதா! என்னா திட்டனே இண்ணு கேளுங்கள்" என்றாள்.

"ஏண்டாப்பா? என்ன வென்று திட்டினாள் அக்காள் ?"

"சிவராமன் - திட்டனது எனக்கு கேக்கலே நண்ணா என்னமோ மொண மொண இண்ணு திட்டிகினு போனாள்" என்றான்.

அதன்பேரில், "சரோஜி: நீ மொண மொண இண்ணு சொல்லக் கூடாது" என்று சொல்லி சமாதானம் செய்து அனுப்பினேன்.

நான்கு படி இறங்கியதும் மறுபடி சிவராமன் என்னிடம் அழுது கொண்டு வந்தான். இப்பொழுது என்னடாப்பா சமாசாரம் என்று விசாரிக்க, "அக்காள், மனசுக்குள்ளேயே என்னே திட்டராள் !" என்றான். இந்த வியாஜ்யத்தை யார் தீர்மானம் பண்ணுவது ! நான் ஜட்ஜாக இருந்தபொழுது அநேக வியாஜ்யங்களில் உண்மையைக் கண்டுபிடித்ததாகப் புகழப்பட்டிருக்கிறேன். இந்த வியாஜ்யத்தின் உண்மையை என்னால் கண்டுபிடிக்க முடியவில்லை; அதன்பேரில் அவர்களிருவரையும் கூப்பிட்டு, "இன்றைக்கெல்லாம் நீங்கள் சமாதானமாக இருந்தால் உங்களிருவருக்கும் உடையவர் உற்சவத்தில், தேர் தினம் நம்முடைய தெருவில் சாமி வரும்பொழுது, சடைபொம்மை வாங்கிக் கொடுக்கிறேன்" என்று சொல்லி கீழே அனுப்பினேன். இதற்கு முக்கிய காரணம் என்னவென்றால் இவர்களிருவருக்கும் முக் கிய விளையாட்டு எப்பொழுதும் ஒருவரோடு ஒருவர் சண்டை போடுவதே!.

என்ன யோசித்துக்கொண்டிருந்தேன் இவர்கள் வருமுன் ஆர அந்தக் கதை எழுத அரம்பித்தேன்! என்று சொல்லி என் பென்சிலை மறுபடியும் எடுத்தவுடன் - என் வேலைக்காரன் சபாபதி வந்தான். அவனைப்பற்றி என் நண்பர்களுக்கு முன்பே தெரிந்திருக்கும்,

"அம்மா, கேட்டுக்கினு வரச் சொன்னாங்க!" என்றான்.

"என்னடா கேட்டுக்கொண்டு வரச் சொன்னார்கள்?"

"இன்னைக்கி, என்னா பதார்த்தம் போடரது இண்ணு?"

"அத்தெ முன்னெயே சொல்லி அழுவதற்கென்ன?"

"நீ தாம்பா என் முன்னே அத்தெ செய்யவேணும் இண்ணு சொன்னையே"

"சரிதான்! சரிதான்! நீ அதை செய்யவேண்டாம் - அவர்களுக்கு இஷ்டமான பதார்த்தம் போடச் சொல் இன்றைக்கி!- அடடே! எனக்கு ஏதாவது கீரைமாத்திரம் இருக்க வேண்டுமென்று சொல் போ!" என்று சொல்லி அவனை அனுப்பினேன்.

பிறகு நான் எழுத நினைத்த கதையை எப்படி ஆரம்பிப்பது என்று யோசிப்பதற்குள்-மறுபடி சபாபதி வந்தான்.

'என்னடா ? மறுபடியும் ?'

"என்னா வாங்கி வர்ரது இண்ணு கேக்கச் சொன்னாங்க அம்மா' "என்னடா, தொந்திரவா போச்சு? ஏதாவது எழவெடுத்த கீரை வாங்கி வா போ!"

"இப்பவே சொல்லிட்டேம்பா! அப்புறம் என் பேர்லே கோவிச்சிக்காதே. அப்பா ! கடையிலே நீ சொல்ர கீரே விக்காதப்பா ! " இதைக் கேட்டவுடன் எனக்கு வந்த கோபத்தையும் சிரிப்பையும் அடக் கிக்கொண்டு, "சபாபதி, நீ நிரம்ப புத்திசாலி இன்றைக்கு உனக்கு இஷ்டமானதை வாங்கிக்கொண்டுவா என்று சொல்லி அனுப்பி னேன். (பிறகு நான் விசாரித்ததில். அவன் பாகற்காயை வாங்கிக்கொண்டு வந்ததாகத் தெரிந்தது. ஏன் இப்படிச் செய்தாய் என்று! அவனைக் கேட்க எனக் கிஷ்டமானதை வாங்கிக் கொண்டுவரச் சொன்னையேப்பா. "எனக்கு கீரையே இஷ்டமில்லை, பாவக்காய்தான் இஷ்டம். அத்தொட்டு அதை வாங்கிக்கொண்டு வந்தேன்" என்றான். இந்த கஷ்டத்திற்கு என்ன செய்வது! எனக்கு பாகற்காய் என்றால் மிகவும் வெறுப்பு.)

அம்மட்டும் இந்த சங்கடம் ஒழிந்ததே என்று சந்தோஷப்பட்டுக் கொண்டு மறுபடியும் பென்சிலை எடுத்து

'முதல் அங்கம்' என்று எழுதுவதற்காக 'முதல்' என்று எழுதினேன்-அங்கம் என்று எழுதுவதற்கு முன், என் பழைய சிநேகிதராகிய சோமசுந்தர ஐயர் மெத்தைப்படி ஏறி வந்தார் !

அவர் என்னுடன் அநேக வருடங்களுக்கு முன் பள்ளிக் கூடத்தில் கீழ்வகுப்புகளில் ஒன்றாய்ப் படித்தவர். அவருடன் வார்த்தையாடாது எப்படி அனுப்பிவிடுகிறதென்று, கவலையுடன் ' வா-அப்பா -சோமசுந்தரம், என்ன சமாசாரம்?' என்று கேட்டேன். அவர் சாவகாசமாய் உட்கார்ந்து கொண்டு "ஒன்றும் விசேஷமில்லை; சும்மா பார்த்து விட்டுப் போகலாமென்று வந்தேன் " என்றார். பிறகு அவர் என்னுடைய யோக க்ஷேமத்தை யெல்லாம் விசாரித்தார் அதன் பேரில்நான் அவருடைய யோக க்ஷேமத்தை விசளிக்க வேண்டியதாயிற்று. பிறகு நான் "சோமசுந்தரம், நான் கொஞ்சம் அவசரமான வேலையிலிருக்கிறேன். இன்னொரு சமயம் வந்தால் சாவகாசமாய்ப் பேசலாம்" என்றேன். அதன் பேரில்: "அப்படியே ஆகட்டும்--இப்பொழுது அவசரமாக வந்த சமாசாரம் என்ன வென்றால் என்று ஆரம்பித்தார். அதன் மீது நான், ஏதாவது சொல்ல வேண்டு மென்றால் சீக்கிரம் சொல்லி முடியப்பா" என்றேன்.

"வேறொன்றுமில்லை-நான் வந்த விஷயம்- என் மருமகன் ஒருவன் இருக்கின்றான்."

'" உனக்கு குழைந்தைகளே இல்லை யென்றாயே, மருமகன் எப்படி வந்தான் ?" என்றேன்.

"என் சொந்த மருமகன் அல்ல - என் - அண்ணன் - அதாவது பெரியப்பா பிள்ளையின் மருமகன்-"

"என்ன அவனைப்பற்றி?"

"வேறென்றுமில்லை-அவன் இரண்டு வருஷங்களாக S. S L. C. பரிட்சைக்குப் போய் பெயில் (fail) ஆயிருக்கிறான்-"

"அதற்கு-நான் என்ன செய்வது ?"

"அதற்காக ஒன்றும் செய்யச் சொல்லவில்லை. மதராஸ் பாங்கில் ஒரு குமாஸ்தா வேலை காலியாயிருக்கிறதாம். அதன் மானேஜர் மார்னிங்டன் துரைக்கு- நீ ஒரு சிபார்சு காகிதம் கொடுக்க வேணும் -- அதற்காகத்தான் அவசரமாக வந்தேன்.

அந்த மார்னிங்டன் துரையை நான் பார்த்ததேயில்லையே ? அவரை எனக்குத் தெரியாதே; உன்னுடைய பெரியப்பா பிள்ளையின் மருமகனையும் தெரியாது-நான் எப்படி சிபாரிசு கடிதம் கொடுப்பது?"

" என்ன அப்பா, இத்தனை நாள் என்னைத் தெரிந்திருந்து ஒரு சிபாரிசு காகிதம் கொடுக்க பால்மாறுகிறாயே" என்றார்.

"சரி -இவரை அனுப்பிவிட வேறுவழியில்லை என்று ஒரு யுக்தி செய்தேன்- காகிதம் பேனாவை எடுத்து வைத்துக் கொண்டு, உன் னுடைய பந்துபேர் என்ன ?" என்றேன்.

"கலியாண சுந்தரம் ஐயர் " என்றார்.

"ஒரு சமாசாரம் - நான் பொய் பேசமாட்டேன்--உனக்கு தெரியுமே இல்லையோ ?"

“ யார் உன்னை பொய் பேசும்படி கேட்டது?" என்று கேட்டார்.

"ஆனால் சரிதான்" என்று சொல்லி விட்டு--பின் வருமாறு கடிதம் விரைவில் எழுதிக் கொடுத்தேன்.

"மார்னிங்டன் துரை அவர்களுக்கு, ஐயா--உங்களை எனக்கு முன்பின் தெரியாது. உங்கள் பாங்கில் ஏதோ வேலை காலியா யிருக்கிறதாம். அதற்காக, என் பால்ய சிநேகிதர், தன் பந்து ஒருவனுக்கு (அவர் பெயர் கல்யாண சுந்தரம்) சிபாரிசு காகிதம் கொடுக்கும்படி கேட்கிறார். அந்த கல்யாண சுந்தரத்தை நான் பார்த்ததேயில்லை. அவனுக்கு நீங்கள் காலியாயிருப்பதாகச் சொல்லப்பட்ட வேலையைக் கொடுப்பதானால் கொடுக்கலாம். இது சரியா யிருக்கிறதா பார்" என்று அவரிடம் காண்பித்தேன். அதைப் படித்துப் பார்த்து விட்டு

கோபத்துடன் "என்ன இப்படி எழுதினையே !" என்றார். அதற்கு நான், "பொய் பேசாமல் !" வேறு நான் என்ன எழுதுவது சொல் என்று கேட்க, பதில் ஒன்றும் சொல்வதற்கில்லாமல் "நான் வந்த வேளை தவறு தவறு" என்று சொல்லிக் கொண்டே சரேலென்று இறங்கிப் போய் விட்டார்.

எனக்கும் அவர் கடைசியில் சொல்லி விட்டுப் போன வாக்கியம் சரியென்று தோன்றியது.

அப்புறம்,இனியாவது சாவகாசமாய்த் தடையின்றி எழுதலா மென்று தீர்மானித்து மேஜையின் பேரில் வைத்திருந்த காகிதத்தை எடுத்துப் பார்த்தேன்.-அதில் "முதல்" -என்று எழுதியிருந்ததைக் கண்டேன். என்ன முதல்? என்று யோசித்துப் பார்த்தேன். புரியவில்லை என்று நான் கவலைப்பட்டுக் கொண்டிருக்கும் போது கீழே என் வேலையாள் சபாபதி, யாருடனோ உரத்த சப்தமாய்ச் சச்சர விட்டுக் கொண்டிருக்கும் கோஷ்டம் கேட்டது. அதன் பேரில், "யார்டா அது சபாபதி ?" என்று நான் கேட்க, "இல்லைங்கோ-யாரோ தந்தி ஆசிபீலிருந்து வந்திருக்கிறார், உங்களைப் பார்க்க வேணுமாம், 'ஐயா, ஏதோ வேலையாயிருக்கிறார் அப்புறம் வா'-என்றால் கேட்க மாட்டேன் என்கிறார் " என்றான். "அடடா ! தந்தி கொண்டு வந்தால் நீ தடுக்கலாமா --- அனுப்பு மேலே என்றேன். உடனே அந்த தந்தி ஆபீசு பீயூன் மேலே வர-"என்ன தந்தி ?" என்று நான் வினவ, அதற்கு அவன் "தந்தி ஒன்றும் இன்றைக்கு வரவில்லைங்கோ-- என் பிள்ளைக்கு வர்ர வாரம் கலியாணம், அதற்காக-கண்டுகொண்டு போகலாம் என்று வந்தேன் " என்று பதில் உரைத்தான். இதற்கு - என் கோபத்தை சற்று அடக்கிக் கொண்டு, "எப்பொழுது கலியாணம்?" என்று கேட்டு, வருகிற வாரம் என்று அவன் சொல்ல, ஆனால் இன்னும் நான்கு தினம் கழித்து வா என்று சொல்லியனுப்பிவிட்டு, என் வேலைக்காரனைக் கூப்பிட்டு "இனிமேலே, யாராவது என்னைப் பார்க்க வந்தால், யார், எதற்காக என்னைப் பார்க்க வந்திருக்கிறார் என்றெல்லாம் விசாரித்துக் கொண்டு, பிறகு

என் உத்திரவின் பேரில்தான் மேலே விடவேண்டும்;- இல்லாவிட்டால் உன்னை டிஸ்மிஸ் பண்ணி விடுவேன் ?" என்று சொல்லியனுப்பினேன்,

இத்தனை கலவரத்தில் நான் என்ன செய்துகொண்டிருந்தேன் என்பதே எனக்கு மறந்துபோய்விட்டது. அதை ஞாபகப்படுத்திக் கொள்வதற்காக, என் வழக்கப்படி சற்று எழுந்து உலாவினேன். அப்படி உலாவிக் கொண்டிருக்கும் பொழுது, என் ஆள் சபாபதி மெத்தைக்கு வந்து, "என் பேர்லே கோவிச்சிக்காதைங்க. யாரோ ஒருத்தர், இத்தே உங்க கிட்டே கொடுக்கச் சொன்னாரு " என்று ஒரு விசிடிங் கார்டை (Visiting card) என்னிடம் கொடுத்தான். அதில் R. G. Paul, I.C.S. என்று அச்சடித்திருந்தது. உடனே நம்மைப் பார்ப்பதற்காக யாரோ பெரிய கலெக்டரோ, அல்லது கவர்மெண்ட் உத்தியோகஸ்தரோ வந்திருக்கிறார். அவரைப் பாராமலிருப்பது தவறு என்று எண்ணி, உடனே அவசரமாய்க் கீழே இறங்கிப் போய், என் வீட்டின் வாயிலண்டைப் பார்க்க, அங்கே ஒரு பெரிய மனிதரையும் காணோம்; கார் ஒன்றையும் காணோம். யாரோ-சுமார் 18 வயதுடைய பிள்ளையாண்டான், ஒரு குல்லாயணிந்தவன்--ஒரு பக்கமாக நின்று கொண்டிருந்தான். அதன் பேரில் கோபங்கொண்டு, சபாபதியை அழைத்து, " யார் இந்த கார்டை உன்னிடம் கொடுத்தது ?' என்று கேட்க, அவன், "இந்த ஐயா தான் கொடுத்தார்" என்று அந்த வாலிபனைக் காட்ட. "யாரப்பா நீ?" என்று அவனைக் கேட்க.- நான்தான் R.G.Paul, I.C.S." என்றான். அதன் பேரில் ஒரு வேளை தவறாக எண்ணினோமோ என்னவோ என்று திடுக்கிட்டு, அவரை மெத்தைக்கு வரும்படி கூறி, மேலே அழைத்துச் சென் றேன். அப்புறம் அவரை உட்காரும்படி வேண்டி 'உங்கள் பெயரை நான் கேட்டதில்லை.--நீங்கள் சென்னை ராஜதானியில் இருக்கிறீர்களா அல்லது'- என்று ஆரம்பித்தபோது, அவர் "நான் இங்கத்தியவன் தான் - என் முழுப் பெயர் ராஜகோபால் அதை சுருக்கி R. G. பால் என்று வைத்துக்கொண்டேன்" என்றார். ஒரு வேளை சீமைக்குப் போய் I. C. S. பாஸ்

பண்ணியபோது பெயர் பெரிதாக இருக்கலாகா தென்று அப்படிச் செய்திருக்கலாமென்று ஊகித்து, "நீங்கள் பொழுது எந்த ஜில்லாவில் கலெக்டராக இருக்கிறீர்கள் ?" மெல்ல வினவினேன். அதற்கு அவர் தான் ஜில்லா கலெக்டரல்ல என்றும் பட்டணத்தில் கிறிஸ்தவ காலேஜில் படிப்பதாகவும் சொன்னார் - அதன்மீது எனக்கு வந்த ஆத்திரத்தை அடக்கிக் கொண்டு, "பிறகு - இந்த ஐ-சி-எஸ்-என்ன ?" என்று கேட்டேன். அதற்கு அப்பிள்ளையாண்டான். "என்னை மன்னிக்க வேண்டும் -*I.C.S.*என் றால் இன்டர் *(Inter)* கிளாஸ் *(Class)* ஸ்டுடென்ட்*(Student)*' என்று தெரிவிக்க-- எனக்கு வந்த கோபம் போய், பிள்ளையாண்டானுடைய குத்திர யுக்தியை வியந்து சிரித்து விட்டேன். பிறகு என்ன செய்வது ! "என்ன அப்பா! எதற்காக என்னைப் பார்க்க வந்தாய்?" என்று கேட்டேன்; அதற்கு "எனக்கு சினிமாவில் சேரவேண்டுமென்று ஆசையிருக்கிறது. அதற்காக நீங்கள் யாருக்காவது சிபாரிசு செய்ய வேண்டுகிறேன்" என்றான். அதன்மீது- "நீ எங்காவது இதுவரை யில் நடித்திருக்கிறாயா? உனக்குப் பாடத் தெரியுமா?" என்று கேட்க, இதுவரையில் நான் எங்கும் நடித்ததில்லை. எனக்குப் பாட வும் தெரியாது. ஆனாலும் எல்லாம் சீக்கிரம் கற்றுக்கொள்வேன் என்றான். ஆனால், "அதெல்லாம் கற்றுக்கொண்டு பிறகு வா; நான் சிபார்சு செய்வதைப்பற்றி அப்புறம் யோசிக்கிறேன்" என்று சமாதானம் சொல்லி யனுப்பினேன்.

பிறகு ஒரு பெருமூச்சு விட்டுவிட்டு இனிமேலாவது வேறு தடைகளில்லாமல் நான் இன்றைக்கு எழுத நிச்சயித்திருந்ததை எழுத வேண்டுமென்று தீர்மானித்து மேஜையின் பேரில் என் எதிரில் இருந்த காகிதத்தை எடுத்துப் பார்க்க அதில் 'முதல்' என்று எழுதியிருந்த தைக் கவனிக்க - நான் நாடகம் எழுதத் தீர்மானித்தது ஞாபகம் வந்தது. அதன் மீது முதல் அங்கம் என்று எழுதுவதற்காக 'அ' என்று எழுதியவுடன் - என் வீட்டு மெத்தையின் ஹாலின் பின்புறக் கதவின் வழியாக "அப்பேன்!" என்று ஒரு சப்தம் கேட்டது. யார் இந்தப் பக்கமாக வருகிறது என்று ஆச்சரியப்பட்டவனாய்த் திரும்பிப்

பார்க்க என் பெண்சாதி வர்க்கத்தில்--எனக்கு நெருங்கிய பந்துவாகிய ஒருவர் வந்து சேர்ந்தார். இவர் என்னிலும் மூத்தவர். பெரிய தொணு தொணுப்பு! இவர் இங்கு இச் சமயம் வந்து சேர்ந்தாரே என்று என் விதியை நொந்து கொண்டு - என் மன வருத்தத்தையும் அடக்கிக் கொண்டு--"வாருங்கள்! உட்காருங்கள் என்றேன். அவர் மெல்ல உட்கார்ந்து, அதென்ன அப்பேன்! உன் வேலைக் காரன் என்னை மேலே 'விடமாட்டேன் என்றானே" என்றார்.

"இல்லை; தெரியாதவர்களை அனுப்ப வேண்டாம் என் உத்திர வில்லாமல் என்று உத்திரவு செய்திருந்தேன். அவன் உங்களை இன்னாரென்று தெரியாமல் ஆட்சேபித்திருக்க வேண்டும்" என்றேன். "அதுதான் நான் பின் கட்டு வழியாக வரவேண்டிய தாயிற்று மெத்தைக்கு" என்றார். ஓகோ சரிதான் என்று மனதில் நினைத்துக் கொண்டு "என்ன விசேஷம்" என்று கேட்க, "ஒன்றும் விசேஷமில்லை' என்று சொல்லிவிட்டு, தனக்கு 20 வருடங்களாக இருக்கும் கீல் வாயுவைப் பற்றி பேச ஆரம்பித்து, 5 நிமிஷம் விடாது அதன் கஷ்டங்களையெல்லாம் எனக்குத் தெரிவித்து, கடைசியில் தற்காலம் சுகமாக இருப்பதாகவும், எழுந்து நடக்க முடியும்படி சுவஸ்தமா யிருப்பதாகவும் தெரிவித்தார். அந்த சுவஸ்தம் இன்னும் கொஞ்ச நாள் பொறுத்து ஆயிருக்கலாகாதா என்று எண்ணிக்கொண்டு, "அப்புறம் என்ன சாமாசாரம்?" என்றேன். அதற்கு அவர் "வேறொன்று மில்லை. நான் ஒரு புஸ்தகம் எழுதி அச்சிட்டு முடித்திருக்கிறேன். அதற்கு ஒரு முகவுரை எழுதித் தரவேண்டும், இப்பொழுது நாலு பக்கத்தில் நீ ஒரு முகவுரை எழுதிக் கொடுத்தால் அதையும் அச்சிட்டு அந்த புஸ்தகத்தை திங்கட் கிழமை வெளியிடலாமென்று இருக்கிறேன்" என்றார். இதைக் கேட்டவுடன், நான்கு பக்கத்தில் முகவுரை எழுதுவதாவது! இதென்ன கிணறு வெட்ட பூதம் புறப்பட்ட கதையாயிருக்கிறதே! என்று ஆச்சரியப்பட்டவனாய் தற்சமயம் அவரை மெல்ல அனுப்பிவிடவேண்டும். பிறகு பார்த்துக் கொள்ளலாம் என்று தீர்மானித்து, 'என்ன புஸ்தகம்?' என்றேன். அவர் 'பாரதச்

சுருக்கம்' என்று பதில் உரைத்தார். அம்மட்டும் சுருக்கமா இருக்கிறதேயென்று சந்தோஷித்து, "புஸ்தகத்தை அனுப்புங்கள்;--பார்வையிட்டு எழுதி அனுப்புகிறேன்" என்றேன். அதைச் சொல்லி முடிப்பதன் முன், தன் பக்கத்தில் வைத்திருந்த ஒரு பெரிய மூட்டையை அவிழ்த்து, இதோ அதை கொண்டுவந்திருக்கிறேன் " என்று கூறி, மேல் பயிண்டு மாத்திரம் செய்யாத ஒரு புத்தகத்தை என்னிடம் நீட்டினார். தெய்வமே!" என்று எண்ணிக்கொண்டு அதை வாங்கி அது எத்தனை பக்கங்கள் இருக்கின்றனவென்று கடைசி பக்கத்தைத் திருப்பிப் பார்க்க, 476 பக்கங்கள் இருந்தன. உடனே அவர் முகவுரை நான்கு பக்கங்களில் வேண்டு மென்பதற்குக் காரணம் தெரிந்தது. சரியாக 60 பாரங்கள். (Forms) இருக்கவேண்டுமென்பது அவர் கருத்து போலும் !

பிறகு நான், "இந்தப் புஸ்தகத்தை என்னிடம் வைத்து விட்டுப் போங்கள், நான் இதை முற்றிலும் பார்வையிட்டு பிறகு முகவுரை எழுதித் தருகிறேன் " என்றேன். அதற்கு அவர், முகவுரை தானே எழுதும்படி கேட்டேன் - அதற்கு புஸ்தகத்தை படித்துப் பார்க்க வேண்டுமோ ? நான் கடைசியில் அச்சிட்ட புஸ்தகத்திற்கு திவான் பஹதூர்.... செட்டியார் அவர்கள் புஸ்தகத்தைப் படிக்காமலே, முகவுரை எழுதிக் கொடுத்தாரே?" என்றார். அதைக் கேட்டவுடன் இப்படிப் பட்ட தமிழ் ஆசிரியர்களும் முகவுரை எழுதுபவர்களும் இருப்பதனால் தான், தமிழ் பாஷை இக்கதியிலிருக்கிற தென்று அடங்காக் கோபங் கொண்டவனாயினும், அதை ஒருவாறு அடக்கிக் கொண்டு, "ஆனால் அவரிடமே கொண்டு போய் இன்னொரு முகவுரை இதற்கும் எழுதிக் கொள்ளுகிறதுதானே ?" என்றேன்.

"அப்பேன்! நீ கோவித்துக் கொள்ளாதே. இதற்கு உன் முகவுரை தான் வேண்டுமென்று வந்தேன்" என்றார்.

அப்படியானால்; தயவு செய்து இரண்டு தினங்கள் கழித்து வாருங்கள், பிறகு சொல்லுகிறேன்" என்று சொல்ல, "சரி! நீ பிடிவாதக்காரன் - எனக்குத் தெரியுமே ! அப்படியே ஆகட்டும்" என்று சொல்லிக்கொண்டே கீழே இரங்கிப் போனார்.

அதன்பேரில் இனி நான் ஏதாவது புத்தகம் அச்சிட்டால் அதற்கு ஒருவரையும் முகவுரை எழுதக் கேட்க லாகாதென்று தீர்மானித்துவிட்டு எப்படியாவது நான் இன்று காலை எழுதத் தீர்மானித்ததை எழுதித்தான் முடிக்கவேண்டுமென்று நிச்சயம் செய்துகொண்டு, என் மெத்தைக்கு வரவேண்டிய இரண்டு வழியின் கதவுகளையும் உள்ளே தாளிட்டுக் கொண்டு, என் மேஜைக்கு எதிரில் வந்து உட்கார்ந்து, என் பென்சிலை எடுத்துக்கொண்டு, இந்த அவஸ்தையில் கீழே எப்படியோ விழுந்த நான் எழுத ஆரம்பித்த காகிதத்தையும் எடுத்துக் கொண்டு, அதில் நான் ஆரம்பித்திருந்ததைப் பார்க்க அதில் 'முதல் - அ' என்றிருக்கக் கண்டேன். இத்தனை இடைஞ்சல்களில் நான் என்ன எழுத எண்ணியிருந்தேன் என்பதே முற்றிலும் மறந்து போய் விட்டது. ‘முதல்-அ' என்றால் முதல் அத்தியாயம் என்று எழுதயிருந்தேனா-- அல்லது முதல் அங்கம் என்று எழுத இருந்தேனா என்று சந்தேகம் பிறந்தது. இந்தச் சமயம். என் மேஜையின் பேரில் இருக்கும் டெலிபோன் (Telephone) மணி யடிக்க, அதன் குழாயை எடுத்துக் கொண்டு, "யார் பேசுவது ?" என்று நான் கேட்க ரேடியோ ஆபீசு மேனேஜர், "நீங்கள் அனுப்புவதாகச் சொன்ன ரேடியோ நாடகம் எழுதி முடிந்ததா?" என்று கேட்டார். உடனே எனக்கு அடங்காச் சிரிப்பு வர. கலகல வென்று சிரித்தேன். கீழே இருந்து இதைக் கேட்ட என் மனைவி, கதவுகளைப் பூட்டிவிட்டு, தனியாக மெத்தையிலிருந்து கொண்டு சிரிக்கிறாரே என்று சந்தேகப்பட்டவளாய், அவசரமாய் ஓடிவந்து கதவை தபதப வென்று தட்ட, நான் கதவைத் திறந்து என்ன வென்று கேட்க, "இல்லை: தனியாக சிரித்துக் கொண் டிருக்கிறீர்களே! என்ன - சமாசாரம்? என்று கேட்கலாமென்று வந்தேன்" என்றாள்.

பிறகு நான் விசாரித்ததில், "எனக்கு ஏதாவது பயித்தியம் பிடித்து விட்டதோ என்னவோ" என்று சந்தேகப் பட்டதாக மெல்லத் தெரிவித்தாள். "அப்படியெல்லாம் ஒன்றுமில்லை என்று சமாதானம் சொல்லி நான் எழுத ஆரம்பித்தது முதல் எனக்கு நேரிட்ட இடையூறுகளை யெல்லாம் சொல்லிச் சிரித்தேன்; அதன் பேரில் அவள், தானும் சிரித்துவிட்டு, "இது விந்தையாய் இருக்கிறது. இதையே ஒரு வியாசமாக உங்கள் ரேடியோ நண்பருக்கு எழுதி யனுப்புங்களேன்" என்றாள். இது நல்ல யுக்திதான் என்று எண்ணி அப்படியே செய்தேன்.

ஒரு பாட்டினால் வந்த உபத்திரவம்

(கட்டு கதை)

சில வருடங்களுக்கு முன்பு, எனக்கு ஒரு நாள், வடக்கேயிருந்த ஒரு நண்பரிடமிருந்து ஒரு கடிதம் வந்தது; அதில் மறுநாட் காலை, சென்னைக்கு பரோடா சமஸ்தான சங்கீத வித்வான் ஒருவர் வரப் போகிறதாகவும், அவர் வடக்கேயுள்ள இந்துஸ்தானி சங்கீதத்தில் மிகவும் பெயர் பெற்றவர் என்றும், தனக்கு மிகவும் ஆப்த நண்ப ரென்றும், அவர் ராமேச்வர யாத்திரைக்குப் போகும் வழியில் சென்னையில் ஒரு நாள் தங்கப் போவதாகவும் மறுநாட் காலையில் அவரை ரெயில் ஸ்டேஷனில் சந்தித்து, வரவேற்று, என் வீட்டிற்கழைத்துக் கொண்டு போய் உபசரித்து, அவர் கர்நாடக சங்கீதத்தைக் கேட்க மிகவும் ஆசைக் கொண்டிருப்பதால் அந்த தினத்திற்குள் எவ்வளவு நல்ல கர்நாடக சங்கீதம் கேட்க முடியுமோ, அவ்வளவும் கேட்கச் செய்ய வேண்டியது என் கடமை என்றும் எழுதியிருந்தது.

அவர் பெயர் வினாயகராவ் பான்ஸ்லே. அவர் இந்துஸ்தானி கவாய்களில் மிகச் சிறந்தவர் என்று நான் முன்பே கேள்விப்பட்டிருந் தேன், ஆகவே அவரை நேரில் பார்க்கும்படியான சர்ந்தப்பம் நேரிட்டதே என்று மிகவும் சந்தோஷப் பட்டேன். அன்றியும் இந்துஸ்தானி சங்கீதத்தைவிட, கர்நாடக சங்கீதம் மிகவும் உயர்ந்தது என்று எனக்கு அந்தரங்கத்தில் ஒரு அபிப்பிராயம் நெடுநாளாக உண்டு. ஆகவே இந்த வடக்கத்திய சங்கீத வித்வானுக்கு நம்முடைய சங்கீதத்தின் பெருமையை எடுத்துக் காட்ட வேண்டும் எனும் எண்ணம் உதித்தது. ஆகவே மிகவும் மனக் கிளர்ச்சியுடன் மறுநாட் காலையில், அவரை சென்னை ரெயில் ஸ்டேஷனுக்குப் போய் வரவேற்று, மாலை மரியாதை யுடன் உபசரித்து, என் காரில் அவரை ஏற்றிக்கொண்டு என் வீட்டிற்குத் திரும்பினேன்; அன்றை தினம் பம்பாய் ரெயில்

சென்னைக்கு வருவதற்கு இரண்டு மணி நேரம் காலதாமதமாயது.

நாங்கள் என் வீட்டிற்குப்போய் சேருவதற்காக வரதாமுத்தை யப்பன் தெருவில் வந்து கொண்டிருக்கும் பொழுது, மோட்டார் வண்டிக்காரன் வண்டியை திடீரென்று நிறுத்தினான் என்னவென்று வெளியில் தலை நீட்டிப் பார்த்த பொழுது, எதிரில் ஒரு பெரிய ஜனக்கூட்டம் வந்து கொண்டிருந்தது. திரும்பி வேறு வழியாகப் போகலாமா இல்லையா என்று நான் தீர்மானிப்பதற்கு முன்பாக, அந்த ஜனக்கூட்டத்தின் மத்தியில் எங்கள் கார் அகப்பட்டுக் கொண்டது. சரி இக்கூட்டம் போன பிறகு தான் வீடு போய்ச் சேர வேண்டுமென்று என் புதிய நண்பருக்குத் தெரிவித்தேன். உடனே அக்கூட்டத்தின் மத்தியினின்றும் மதுரமான சங்கீதம் உண்டாயிற்று. அக் கூட்டம். ஒரு செட்டியார் வீட்டுப் பிள்ளையை பள்ளிக்கூடத்தில் வைப்பதற்காக ஊர்வலம் வரும் ஊர்கோலமா யிருந்தது : அவர் சென்னையில் மிகவும் பிரபல நாதஸ்வரக்காரனாகிய மதுரை முத்து என்பவனை ஏற்படுத்தியிருந்தார், அவன் அச்சமயம் பிலஹரி ராகத்தில் ஒரு பாட்டை மிகவும் அழகாக வாசித்துக் கொண் டிருந்தான் : அதைக் கேட்டவுடன் எனது புதிய நண்பர் முகமலர்ந்து, வெகு சந்தோஷத்துடன் அப்பாட்டைக் கேட்டு, "நாம் வீட்டிற்கு சீக்கிரம் போகாதபடி இக்கூட்டம் நம்மைத் தடுத்தற்காக நான் வருத்தப் படவில்லை, அகஸ்மாத்தாய் இப்படிப்பட்ட நல்ல கர்நாடக சங்கீதம் கேட்கும் படியாக எனக்கு பாக்கியம் தெய்வாதீனமாகக் கிடைத்ததே" என்று சந்தோஷப்பட்டுக் கொண்டிருந்தார்.

உடனே அந்த நாதஸ்வரக்காரன், அப்பாட்டை நிறுத்தி விட்டு வேறொரு பாட்டை ஆரம்பித்தான். அந்தப் பாட்டு ஒரு சினிமா பாட்டு. அது சென்னையில் சினிமாவுக்குப் போகிறவர்களால் மிகவும் கொண்டாடப்பட்டு, பட்டணம் முழுவதும் மிகவும் பிரசித்தமாயிருந்தது. அது சல் சல் ஜவான் என்னும் முதல் பதங்களையுடைய ஒரு இந்துஸ்தானி பாட்டு. அந்தப் பாட்டை மதுரை முத்து வாசிக்க ஆரமபித்தவுடன்,

எனது நண்பர் முகம் கோணினார். அவன் அப்பாட்டை வாசிக்க வாசிக்க, அவரது முகம் கோணுதல் அதிகமடைந்தது; இதற்கு என்ன காரணம் என்று அவரை மெல்ல வினவ, அவர் அடியில் வருமாறு பதில் உரைத்தார்.

"இந்தப் பாட்டை நான் கேட்கப் பிரியப்படவில்லை; அதற்குப் பல காரணங்கள் உண்டு. இது சாதாரணமாக வடக்கே நாடகத்தில் பாடும் படியான மெட்டு உடையது. இப்படிப்பட்ட பாட்டுகளை வடக் கத்திய கவாய்கள் கச்சேரிகளில் பாட மாட்டார்கள். தங்கள் அந்தஸ்திற்கு குறைவென்று மதிப்பார்கள். அன்றியும் வடக்கில் பாடுபவர்களே இதை ஒரே ராகத்தில் பாடாமல் பல ராகங்களைக் கலந்து பாடுகிறார்கள்; தாளக்கட்டிலும் அப்படியே. சாஹித்தியமும் சிறந்த தல்ல. அப்படியிருக்க இந்த வாத்தியக்காரன் அப்பாட்டை வாசிப்பதில் ராக சுத்தமுமில்லை. தாள சுத்தமுமில்லை, சாஹித்தியத்தையும் கொலைசெய்து வாசிக்கிறான். நாம் சீக்கிரம் தங்கள் வீடுபோய்ச் சேரும் வழியை தயவு செய்துபாருங்கள்" என்றார். அதன்பேரில், என் வண்டிக்காரனிடம் சொல்லி, எப்படியாவது வண்டியைத் திருப்பிக் கொண்டு, பக்கத்து வீதி வழியாக வீடு போய்ச் சேரும்படி கட்டளையிட, அவன் ஜனநெருக்கத்தில் கஷ்டப்பட்டு அப்படியே செய்தான். அப்படிச் செய்தபொழுது அந்த "சல் சல் ஜவான்" சங்கீதம் காதில் விழாத தூரம் வரையில், எனது நண்பருடைய முகம்வாட்டம் நீங்க வில்லை.

என் வீடுபோய்ச் சேர்ந்தவுடன் என் அதிதியை, மேற்கட்டிற்கு அழைத்துக் கொண்டுபோய், அவரது காலைக் கடன்களை யொல்லாம் முடிக்கச் செய்து, அவருக்கு வடக்கே கிடைக்ககாத இட்லியையும் காப்பியையும் கொடுக்க, அவர் அதை மிகவும் சந்தோஷத்துடன் புசித்துக்கொண்டிருந்தார். அப்பொழுது மணி ஏறக்குறைய ஒன்பதாயிற்று. உடனே கீழிருந்து ஹார்மோனியம் பெட்டி வாசிக்கும் சப்தம் கேட்டது. உடனே அவர், "இதென்ன வாத்தியம்?" என்று கேட்க நான் எனது இரண்டு பேத்திமார்களுக்கு பாட்டு

வாத்தியார் பாட்டுக் கற்பிக்கிறார், என்று கூற, அவர் "மிகவும் சந்தோஷம். அயினும், இந்த ஆர் மோனியம் பெட்டி ச்ருதியை வைத்துக் கொள்வதைவிட்டு, நம்முடைய தேசத்து ச்ருதியாகிய தம்புராவை வைத்துக்கொண்டால், நல்லதல்லவா?' என்று தெரிவித்தார் கொஞ்ச நேரத்துக்கெல்லாம் என் பேத்திகளாகிய கற்பகமும், லட்சுமியும், சரளி வரிசையை முடித்து ஒரு கீதமும் வர்ணமும் பாடக் கேட்டவராய் அவர் அவர்கள் குரலை மெச்சிக் கொண்டிருக்கும் பொழுதே, உடனே என் பேத்திமார்களுக்கு அவர்கள் பாட்டு உபாத்தியாயர் 'சல் சல் ஜவான்'; என்னும் பாட்டைக் கற்பிக்க ஆரம்பித்தார், உடனே எனது புதிய நண்பர் முகம் கோணியது ஒருபுறமிருக்கட்டும், எனக்கே மிகவும் கோபம் பிறக்க, நான் உடனே கீழே போய், பாட்டு உபாத்தியாயரை இந்தப் பாட்டை இவர்களுக்கு உங்களை யார் கற்பிக்கச்சொன்னது?' என்று கேட்க, அவர் பட்டணம் எல்லாம் எல்லோரும் பாடுகிறார்களே, ஆகவே குழந்தை களுக்கும் அப்பாட்டைக் கற்பிக்க வேண்டுமென்று அம்மா சொன்னார்கள்;" என்று பதில் உரைத்தார். ஆயினும் "அது வேண்டாம்; வேறு ஏதாவது கற்பியுங்கள்" என்று சொல்லிவிட்டு, மேலேவந்து எனது நண்பரிடம் நடந்த செய்தியைச் சொன்னேன். அப்போது அவர் "உங்கள் பாட்டுவாத்தியாருக்கு இந்துஸ்தானி பாஷை தெரியுமா?" என்று கேட்டதற்கு 'அவருக்குத் தெரியாது" என்று நான் பதில் சொல்ல, அவர் இனிமேல் அவர் குழந்தைகளுக்கு ஏதாவது தெரியாத பாஷையில் பாட்டைக் கற்பிப்பதானால் அப்பதங்களை எப்படி உச்சரிப்பதென் றும். அவைகளின் அர்த்தமென்னவென்றும் கற்றுக்கொண்டே, பிறகு சொல்லிக் கொடுக்கும்படிச் செய்யுங்கள் தயவு செய்து என்று கூறினார் நானும் அவர் கூறியது சரியென்று ஒப்புக்கொண்டேன்.

பிறகு, அவரிடம் என் மேஜையின் மீதிருந்த இரண்டொரு ஆங்கில வர்த்தமானப் பத்திரிகைகளைக் கொடுத்து படித்துக் கொண்டிருக்கும்படிச் சொல்லிவிட்டு நான் எங்கள் எதிர் வீட்டுக்கு ஏதோ வேலையாய் போய் திரும்பி வந்தேன்.

அச்சமயம் என் வாயிற்படிக்கெதிரில் ஒரு ஏழைப் பண்டாரம் ஒத்தைத்தந்தி சுரைக் குடுக்கையைக் கையில் வைத்துக்கொண்டு, ராமலிங்க சுவாமிகள் பாடிய ஒரு பாட்டை பாட ஆரம்பித்தான்; நான் மெத்தைக்குப் போக, எனது நண்பர் அந்தப் பிச்சைக்காரன் பாட்டையும், ராக சுத்தத்தையும் மெச்சி அவனுக்கு ஏதோ கொடுக்கப்போனார். நான் அதைத்தடுத்து 'அவனுக்குக் கொடுக்கவேண்டியது என் கடமை' என்று சொல்லி, அப்பிச்சைக்காரனுக்கு ஒரு அணா கொடுத்தேன். அவன் மிகவும் சந்தோஷப் பட்டவனாய் இன்னொரு பாட்டைப் பாட ஆரம்பித்தான். அந்த பாட்டு என்னவென்று நினைக்கிறீர்கள்? சல்சல் ஜவான்! அந்தப் பாட்டைப் பாட ஆரம்பித்தவுடன் எனக்கு கோபத்தால் சிரிப்புவர், எனது நண்பரும் நகைத்துவிட்டார். இதைக் கண்ட அப்பிச்சைக்காரன், தான் பாடும் பாட்டை நாங்கள் மெச்சுவதாக எண்ணி அப்பாட்டை இன்னும் உரக்கப் பாட ஆரம்பித்தான். உடனே நான் அவனைத் தடுத்து 'அப்பா அந்தப் பாட்டை பாடாமலிருப்பதற்காக உனக்கு 2 அணா கொடுக்கிறேன்' என்று சொல்லி அப்படியே செய்து அவனை வந்த வழி அனுப்பிவிட்டேன்.

சுலபத்தில் இக்கஷ்டத்தினின்று நீங்கினோமே என்று சந்தோஷப் பட்டு, என் அதிதியை ஸ்நானம் செய்யச்சொல்லி பிறகு இருவருமாக போஜனம் கொண்டபின், மறுபடியும் மேல்மாடத்துக்குப் போய் இளைப்பாறச் செய்தேன். அங்கிருந்த என் ரேடியோ செட்டைக் கண்ட வுடன், எனது புதிய நண்பர் முகமலர்ந்து 'உங்களுக்கு சங்கீதத்தில் இவ்வளவு பிரியம் இருக்கிறதென்று எனக்கு இதைப் பார்த்த பிறகு தான் தெரிந்தது' என்று கூறி, அந்த ரேடியோவை முடுக்கும்படிக் கேட்டார். இதற்குள்ளாக ஒரு மணி ஆக அச்சமயம் திருச்சிராப் பள்ளியில் நல்ல சங்கீதம் கிடைக்கு மென்று எண்ணினவனாய் திருச்சி ரேடியோவுக்கு என் ரேடியோ பெட்டியை முடுக்கினேன். அன்றை தினம் 'கதம்பம்' என்றிருந்தது. அரைமணி சாவகாசம், கே.பி. சுந்தராம்பாள் பாட்டு. எஸ். ஜி. கிட்டப்பா பாட்டு முதலிய

பாட்டுகளைக் கேட்டு என் நண்பர் மிகவும் ஆனந்தித்தார். "இப்படிப்பட்ட பாடகர்களுடைய பாடல்கள் கர்நாடகத்தி லிருக்கும் பொழுது, வடக்கத் திய நாடகப்பாட்டு...." என்று சொல்ல ஆரம்பித்தாரோ இல்லையோ, திருச்சிராப்பள்ளி ரேடியோவிலிருந்து "சல்சல் ஜவான்" பாட்டு ஆரம்பித்தது! அதன்பேரில் என் அதிதி ஒன்றும் கூறாததற்கு முன்பே, ரேடியோ பெட்டியின் விசையை மூடி பாட்டை நிறுத்தினேன், அவர் அதைக் கண்டு முதலில் புன்னகை செய்து பெருமூச்சு விட்டார்.

அதன் பிறகு "ரெயில் பிரயாணம் செய்த சிரமம் நீங்க, கொஞ்சம் சயனித்துக் கொள்ளுங்கள்" என்று கூறி, அப்படியே அவரைப் படுக்கச் செய்து, சாயங்காலம் நான்கு மணிக்கு எழுப்பினேன். பிறகு தேனீர் சாப்பிட்டுவிட்டு, ஓர் பிரபல சங்கீத சபையின் கச்சேரிக்கு 5 மணிக்கு அழைத்துச் சென்றேன்.

அச்சபையின் காரியதரிசிக்கு எனது புதிய நண்பர் இன்னாரெனத் தெரியப்படுத்தியவுடன் எங்களை, பாடிக் கொண்டிருந்த பிரபல சங்கீத வித்வான் அருகில் அழைத்துக் கொண்டுபோய் உட்காரவைத்தார். அச்சமயம் உள்ளூர் வித்வான் 'மோகனா' ராகத்தில் ஒரு பாட்டை பாடிக் கொண்டிருந்தார் வெகு அழகாக. எனது புதிய நண்பர், அவர், பாடியதை மிகவும் மெச்சி, இந்த ராகத்திற்கு கர்னாடகத்தில் என்ன பெயர் என்று கேட்க, நான் மோகனா என்று பதில் உரைத்தேன், "இந்த ராகம் அழகியது, எங்கள் தேசத்தில் இதற்கு பூபாளி என்று பெயர்", என்று கூறினார். உள்ளூர் வித்வான் பேசிக்கொண்டிருந்ததைப் பற்றி வினவ, நான் அதைத் தெரிவித்து "என் புதிய நண்பர் நீங்கள் பாடியதை மிகவும் மெச்சினார்" என்று சொல்லி, அவர் இன்னா ரென்றும் தெரிவித்தேன். அதை நான் சொல்லியதுதான் தாமதம், உடனே உள்ளூர் வித்வான், வடக்கிலிருந்து வந்தவரைக் கௌரவப் படுத்துவதாகவோ அல்லது தனக்கும் இந்துஸ்தானி சங்கீதம் தெரியும் என்று அவருக்கு அறியப்படுத்தவோ, உடனே 'சல் சல் ஜவான்' பாட்டைப் பாட ஆரம்பித்தார். உடனே என் புதிய நண்பர் முகம் மாறியதை பார்த்திருக்க வேண்டும்!

வந்திருந்தவர்களில் யாராவது படம்பிடிக்கக் கற்றுக் கொண்டவர்களா யிருந்தால் உடனே. அவர் முகத்தை படம் பிடித்திருப்பார்கள். எனது புதிய நண்பர், நாடக மேடையில் நடித்திருப்பவரோ அல்லவோ எனக்குத் தெரியாது. ஆயினும் உடனே தன் கோணிய முகத்தை மாற்றிக் கொண்டு புன்னகை கொண்டவராய் ஏதோ தன் கடியாரத்தைப் பார்ப்பதுபோல் பார்த்து "முதலியார் சார்! நாம் வேறொரு இடத்திற்குப் போக நிச்சயித்திருப்பதை ஞாபகப்படுத்துகிறேன்" என்றார். "அதைக் கேட்டதும் அவரது குறிப்பறிந்தவனாய், "ஆம்; ஆம். நேரமாகிவிட்டது" என்று சொல்லி அவசரமாய், உள்ளூர் சங்கீத வித்வானிடமிருந்து விடைபெற்றுக் கொண்டு நாங்களிருவரும் சுச்சேரி சாலையினின்றும் வெளிக் கிளம்பினோம்.

இதை வாசிக்கும் நண்பர்கள் என்னை நம்பினாலும் நம்பட்டும் இல்லாவிட்டாலும் வேண்டாம், நாங்கள் இருவரும் என் காரில் ஏறி உட்கார்ந்ததும், எங்களிருவருக்கும் அடக்கக் கூடாதபடி சிரிப்பு வந்தது. பிறகு அங்கிருந்த எனது கண்பரை கடற்கரை ஓரம் அழைத் துச் சென்று, அவர் மனதைக் கொஞ்சம் குளிரச் செய்யலாமென்று எண்ணினவனாய், எனது *(Chauffeur)* ஷாபரை மெரினாப்பக்கம் ஓட்டச் சொன்னேன். போகும் பொழுது வழியில் விக்டோரியா பப்ளிக் ஹாலைக் கடந்து செல்ல வேண்டி வந்தது. அக்கட்டடத்தைப் பார்த்து எனது புதிய நண்பர் இது என்ன வென்று கேட்க, இது விக்டோரியா பப்ளிக் ஹால் என்று பதில் சொன்னேன். அச் சமயம் உள்ளே ஒரே வெளிச்சமாயிருக்க அங்கு என்ன நடக்கிறதென்று கேட்ட கேள்விக்கு, அச்சமயம் உள்ளே வாலிய சபையார் எனது நாடகம் ஒன்றை அன்று நடித்துக் கொண்டிருப்பது எனக்கு ஞாபகம் வர, அதை அவருக்குத் தெரிவித்தேன். உடனே அவர் அதைத் தான் பார்க்கவேண்டு மென்று விருப்பமிருப்பதாகச் சொல்ல அவரை அழைத்துக் கொண்டு டவுன் ஹாலின் மெத்தைக்குப் போனேன். அந்த வாலிப சங்கத்தார் எங்களை மிகவும் சந்தோஷமாய் வரவேற்று முன்னால் உட்கார

வைத்தார்கள். அப்பொழுது சுமார் 7-30-மணி இருக்கும் அரைமணி சாவகாசம் அவர் நாடகத்தைப் பார்த்துக்கொண்டிருந்து நாடகக் கதையின் போக்கை பற்றி ஏதோ புகழ்ந்து பேசினார், பாஷை தெரியாமலிருந்த போதிலும் கதையின் நடிப்பைக் கொண்டு அவர் கிரஹித்துக் கொண்டார் போலும் பிறகு ஒரு காட்சியில் கதா நாயகன் கதா நாயகியை ஒரு மலர்ச்சோலையில் சந்தித்து இருவரும் நிலவை வியந்து பேசிக்கொண்டிருக்கும் பொழுது, கதா நாயகன் தனது காதலியை இச்சமயம், என் செவிகள் இன்பமடையும்படி உன் இனிய குரலினால் ஏதாவது பாடு" என்று வேண்டுகிறான்; உடனே கதாநாயகி சல் சல்- என்று பாட ஆரம்பித்தாள். அப்பாட்டின் மூன்றாவது பதம். அந்த நடிகையின் வாயினின்றும் வருமுன் தெய்வாதீனமாய் 8-மணி அடிக்கும் ஓசை கேட்டது. உடனே இதுதான் சமயம் என்று "ஆஹா! 8-மணியாகிவிட்டது தாங்கள் வீட்டுக்குப்போய் சாப்பிட்டுவிட்டு ரெயில் ஏறி ராமேச்வரம் போக நேரமாய்விட்டது'' என்று அவசரமாய்க் கூறி அவர் கையைப் பற்றி இழுத்துக்கொண்டு போகாத குறையாய் வெளியில் அழைத்துக் கொண்டு வந்துவிட்டேன். நான் திடீர் என்று எழுந்திருக்கவே, கதா நாயகியாக நடித்த நடிகனும், பக்க வாத்தியக்காரர்களும், பாட்டை திடீரென்று நிறுத்திவிட்டார்கள். எனது புதிய நண்பர், அந்தப் பாட்டு ஆரம்பிக்கப்பட்டதைக் கேட்டாரோ இல்லையோ, நான் என்ன காரணம் பற்றி அவரை திடீரென்று வெளியே அழைத்துக் கொண்டு வந்து விட்டேன் என்பதைத் தெரிந்துகொண்டாரோ என் னவோ, இன்றளவும் எனக்கு சந்தேகமாகத்தானிருக்கிறது.

சீக்கிரம் வீட்டிற்குப் போய் அவருக்கு போஜனம் அளித்து, பிறகு அவரை அன்றிரவு, எழும்பூர் ரெயில் ஸ்டேஷனுக்கு அழைத்துக் கொண்டுபோய் ரெயில் ஏற்றிவிட்டு வந்தபிறகுதான் அன்றிரவு தூங்கினேன். அன்று என் நித்திரையில் கூட அப்பாட்டைக் கேட்டேனோ என்னமோ நான் வாஸ்தவமாய்ச் சொல்லமுடியாது.

இரண்டு நாள் பொறுத்து எனது புதிய நண்பர் ராமேச்வரத்தி லிருந்து எனக்கு எழுதிய கடிதத்தில் நான் பட்டணத்தில் தன்னை வர வேற்றதற்காக வந்தனம் கூறிவிட்டு, கடைசியில் கர்நாடக சங்கீதத்தைப் பற்றி சில வரிகள் எழுதியிருந்தார். அதை மாத்திரம் இதை வாசிக்கும் எனது நண்பர்களுக்குத் தெரிவிக்க விரும்புகிறேன்.

"ஒவ்வொரு சங்கீத வித்வானும் தான் அறிந்த பாஷையில் பாடுவதுதான் தகுதி. இதர பாஷைப் பாட்டுக்களைப் பாட வேண்டுமென்று விருப்பயிருந்தால், அப் பாஷையைக் கற்று, பாடும் பாட்டுகளின் அர்த்தத்தை அறிந்த பிறகே பாடுதல் நல மென்று தோன்றுகிறது.'

எனது புதிய நண்பர் எனக்கு தெரிவித்த இந்த உண்மையை நான் நமது நாட்டு சங்கீத வித்வான்களுக்கும் சங்கீதப் பிரியர்களுக் கும் வணக்கத்துடன் தெரிவித்துக் கொள்கிறேன்.

எனது சிறு விரல் மோதிரம்

(உண்மையான கதை)

ஆங்கிலத்தில் மாஸ்காட் (Mascat) என்று ஒரு பதம் உண்டு அதன் அர்த்தம் "ஒருவன் தனக்கு அதிர்ஷ்டத்தைக் கொடுக்கும் தன் உயிர் நிலையைப்போல பாதுகாத்து வரும் ஒரு பொருள் என்பதாம். தமிழில் இதற்குச் சரியான பதம், எனக்குத் தெரிந்த வரையில் கிடையாது. ஆயினும் இதிகாசப் புராணக் கதைகள் சிலவற்றுள், சிலர் உயிர்நிலை இன்ன பொருள்களில் இருக்கின்றன எனவும் கருதி, அவைகளை அவர்கள் மிகவும் ஜாக்கிரதையாகப் பாது காத்து வந்ததாகச் சொல்லப்படுகிறது. இவைகளை, அவர்களுடைய மாஸ்காட்டுகள் என்று ஒரு விதமாகக் கூறலாம்.

என்னுடைய மாஸ்காட் நான் எனது இடது கையில் சிறுவிரலில் அணிந்திருக்கும் ஒரு சிறு மோதிரமே, அது நாலு கோணமுள்ள நடு தட்டைப் பொன் மோதிரம். அதன் விலை சவரன் கூட இராது. ஆயினும் அதை உலகிலுள்ள எந்த விலையுயர்ந்த பொருளுடனும் மாற்றிக் கொள்ள இசையேன். அதற்குக் காரணம் இங்கு நான் எழுதியிருக்கும் கதையை நீங்கள் படித்துப் பார்ப்பீர்களாயின் தெரியும். நான் பல கதைகளை எழுதியிருக்கிறேன் என்பது என் நண்பர்கள் அறிந்த விஷயமே. ஆயினும் அக்கதைகளுக்கும் இதற்கும் உள்ள வித்தியாசமென்னவென்றால் இது உண்மையான கதையாம்!

இதை, என் தாயார், பன்னிரண்டாம் வயதில், எங்கள் வீட்டில் நடந்த ஒரு கல்யாண சந்தர்ப்பத்தில், எனக்குச் செய்து போட்டார்கள். அது முதல் இத்தனை வருடங்களாக அதை என் விரலைவிட்டு எடுக்காமல் அணிந்து வருகிறேன். ஆயினும் மூன்று முறை இது என் விரலிலிருந்து காணாமற் போயது- பிறகு அகப்பட்டது! அது தான் இதன் விசேஷம்.

இதை அணிய ஆரம்பித்து இரண்டு மூன்று வருடங்களுக்குப் பிறகு, நான் மாகாணக் கலாசாலையில் *(Presidency College)* வாசித்துக் கொண்டிருந்த பொழுது, ஒருநாள் சாயங்காலம் அங்குள்ள பெரிய கிரிக்கெட் *(Cricket)* எனும் பந்தாடும் மைதானத்தில் பந்தாட்ட விளையாட்டாடிக் கொண்டிருந்த போது, திடீரென்று என் விரலில் இம் மோதிரம் இல்லாதிருப்பதைக் கண்டு திடுக்கிட்டேன்; உடனே, சாயங்காலம் இருட்டிப் போகும் வரையில் அம்மைதானம் முழுவதும் தேடிப் பார்த்தேன். அகப்படவில்லை. சரி போனது போனதுதான் என்று மன வருத்தத்துடன் வீடுபோய்ச் சேர்ந்தேன்; அன்று புதன்கிழமை; இரண்டொரு தினத்தில், கிட்டா தாயின் வெட்டென மற என்று படித்ததை கவனித்து, அதை மறந்தேன். ஆயினும் என் விரல் மோதிரம் காணாமற் போயிற்று என்பதை அறிந்த எனது பால்ய நண்பர் ஒருவர் வேடிக்கையாக "சம்பந்தம்" இனிமேல், வகுப்புப் பரீட்சைகளில் எதிலும் நீ முதலாவதாக இருக்க மாட்டாய்! என்று கூறினார்; அவர் கூறியது வேடிக்கையாகத்தான் இருக்க வேண்டுமென்று நினைக்கிறேன். ஆயினும் அச்சமயம் என் மனதில் மிகவும் உறுத்தியது.

காணாமற்போன ஒருவாரம் பொருத்து, மறு புதன் கிழமை தினம் அதே மைதானத்தில் நான் மறுபடியும் கிரிக்கெட் ஆடிக்கொண்டிருந்த பொழுது, என் கண்ணில், புல் மத்தியில் ஏதோ "மின்மினு" என்று பட்டது. என்னவென்று குனிந்து அதை எடுத்துப் பார்த்த பொழுது; அது என் காணாமற் போன மோதிரமெனக் கண்டு, ஆச்சர்யமும் சந்தோஷமுமடைந்தேன். இதில் ஆச்சரியம் என்ன வென்றால் அந்த இடத்தில் அம்மோதிரம் ஒரு வாரமாக, பள்ளிக்கூடத்துப் பிள்ளைகளும் மற்றவர்களும் நடமாடிய போதிலும் வேறொருவர் கண்ணுக்கும் புலப்படாமற்போய், என் கண்ணில் மாத்திரம் ஒரு வாரம் பொறுத்துப் புலப்பட்டது: இது தெய்வாதீனம் என்று நினைக்கிறேன். இவ்வாறு அது காணாமற்போய் அகப்பட்டது முதல் அதன்மீது எனக்கிருந்த பிரேமை

அதிகரித்தது என்று நான் என் நண்பர்களுக்குச் சொல்லவேண்டியதில்லை.

இரண்டாம் முறையும் காணாமற்போய் அகப்பட்டது நான் ராமேஸ்வர யாத்திரை செய்த போது. நான் என் குடும்பத்தாருடன் 1904-ம் வருஷம் ராமேஸ்வர யாத்திரை செய்தேன். அச்சமயம், நவபாஷாணம் எனும் இடத்தில், சமுத்திர ஸ்நானம் வேண்டுமென்று தெரிவித்தனர். சமுத்திரத்தில் மார் அளவுத தண்ணீரில், ஸ்நானம் செய்து விட்டு, கரையேறினேன். கரையேறியதும், என் சுண்டு விரலிலிருந்த அச்சிறு மோதிரம் இல்லா திருப்பதைக் கண்டேன். உடனே ஸ்தம்பித்து போயிற்றென்று சொன்னால் அது மிகையாகாது. அத்தனை பெரிய சமுத்திர ஜலத்தில் சுண்டைக் காய்க்கும் சிறிய ஒரு மோதிரத்தை எப்படித் தேடிக் கண்டுபிடிப்பது? உடனே, முன்பு மைதானத்தில் காணாமற் போய் மறுபடியும் தெய்வாதீனத்தால் அகப்பட்ட விசித்திரம் எனக்கு ஞாபகம் வர, பரம்பொருளின் கருணை இருந்தால் எனக்குக் கிடைக்கும். என்று ஒருவாறு என் மனதைத் தேற்றிக்கொண்டு கரையேறினேன். கரையேறியதும், என் தலை மயிரை உலர்த்த ஆரம்பித்த போது, ஏதோ என் தலையில் சிக்கிக் கொண்டிருப்பதைக் கண்டு மெல்ல எடுத்துப் பார்க்க, என் மோதிரத்தைக் கண்டேன் ! அது என் தலை ரோமத்தில் சிக்கிக் கொண்டிராவிட்டால் நான் அதை இழந்தவனே! இது தெய்வத்தின் கடாக்ஷம் என்று உறுதியாக நம்புகிறேன்; மற்றவர்கள் இதை நம்பாதிருக்கலாம்; நான் நம்புகிறேன்.

மூன்றாம்முறை காணாமற் போய்க் கிடைத்ததும் ஓர் விந்தையான சந்தர்ப்பமே. ஒருநாள் திருவல்லிக்கேணி பெரிய தெருவிலிருக்கும் ஒரு சினிமாக் கொட்டகைக்குப் போய், இரவில் வேடிக்கை பார்த்து விட்டு என் மோட்டார் வண்டியில் திரும்பி வந்துக் கொண்டிருக்கும் போது, என் கையை ஏனோ தடவ, என் சிறு விரல் மோதிரம் இல்லா திருப்பதைக் கண்டேன். உடனே மோட்டரை நிறுத்தி, கீழே இறங்கி, எல்லாம் தேடிப்பார்த்தேன். எனது நண்பர்களும்

தேடினார்கள். மோதிரத்தைக் காணோம்! அம்முறை நேரிட்ட சந்தர்ப்பத்தின் விசேஷம் என்னவென்றால், இம்முறை முன்னிரண்டு முறையைப் போல் பயமில்லை. அது தெய்வத்தின் சோதனையென்று எண்ணியவனாய், என் துயரத்தை ஒருவாறு தேற்றிக்கொண்டு மோட்டார் காரில் ஏறிக்கொண்டு வீடுபோகப் புறப்பட்டேன். பாதிவழி வந்த பிறகு, அகஸ்மாத்தாய் என் கையால் காரின் பக்கத்தைத் தடவ, என் மோதிரம் அதன் துவாரமொன்றில் சிக்கியிருப்பதைக் கண்டு தெய்வாதீனம் என்று தெய்வத்தைப் போற்றியவாரே சந்தோஷத்துடன் அதை மெல்ல எடுத்து அணிந்துக் கொண்டேன்.

என் தாயார் எனக்குக் கொடுத்து, மூன்று முறை காணாமற் போய், எனக்கு மறுபடியும் சிக்கிய, இச்சிறு மோதிரத்தை நான் அதிகமாக மதிப்பது ஆச்சரிய மல்லவென்று இதை வாசிக்கும் நண்பர்கள் ஒப்புக் கொள்ளுவார்களென்று நீனைக்கிறேன்.

எனக்குப் பிரியமான இம் மோதிரத்தை, என்னால் கொடுக்கப் படும் சிறு ஆஸ்தியில், மிகவும் மதிப்புடைய பொருளாகப் பாவித்துக் காப்பாற்றிவரும்படி, என் குமாரனிடம் சொல்லியிருக்கின்றேன். நான் 1950-வது வருஷம் பிப்ரவரி மாதம் முதல் தேதி நான் சன்யாசம் வாங்கிக் கொண்ட பொழுது நான் அணிந்திருந்த மற்ற எல்லா ஆபரணங்களை கழற்றிய போதிலும் இந்த மோதிரத்தை மற்றிலும் கழற்ற வில்லை. ஏனெனில் அதை நான் பொன் மோதிரமாக பாவிக்கவில்லை, அதை என் தாயார் எனக்கருளிய ஆருயிராக பாவிக்கிறேன். இதை பரம்பொருளின் இச்சைப்படி என் தாய் தந்தையர் என்னை தாங்கள் பாதாரவிந்தம் சேர்த்துக் கொள்ளும் சமயம் வரும் பொழுது, என் உடலை காஷ்ட்டத்தில் வைத்து தகனம் செய்யு முன்பு தான் இதை கழற்ற வேண்டுமென்று என் குமாரனுக்கு சொல்லியிருக்கிறேன்.

தாதா கதை

(கட்டுக் கதை)

ஒரே ஒரு ஊரில் ஒரு குடியானவன் இருந்தான். அவன் நிரம்பப் பணக்காரனுமல்ல, ஏழையுமல்ல, அவன் மிகவும் தெய்வபக்தியுடையவன், அவன் இறந்து போகுமுன் தனது இரண்டு குமாரர்களையும் அழைத்து தன் நிலங்கள் சொத்துக்களை எல்லாம் இருவர்க்கும் சமமாகப் பிரித்துக் கொடுத்து "அவர்களுக்கு அடியிற்கண்ட படி புத்திமதி கூறினான். பிள்ளைகளே நீங்கள் இரண்டு பெயரும் புத்திசாலிகள். உங்களுக்கு நான் அதிகமாக சொல்ல வேண்டியதில்லை இதை ஒன்றை மாத்திரம் என் உபதேசமாகக் கொள்ளுங்கள். உங்களுக்கு எதாவது வேண்டியிருந்தால் ஸ்வாமியைக் கேளுங்கள் அவர் எது நியாயமென்று தோன்றுகிறதோ, அதை உங்களுக்கு கொடுப்பார்.' என்று சொல்லிவிட்டு இறைவன் பாதம் போய்ச் சேர்ந்தார்.

பிறகு அவ்விரண்டு பிள்ளைகளும் சுகமாக வாழ்ந்து வந்தார்கள். சில வருஷங்கள் கழித்து ஒரு வருஷம் மழையே இல்லாமல் போயிற்று. அப்பொழுது அவர்கள் இருவரும் தங்கள் தகப்பனார் கட்டளையின்படி அவ்வூர் ஸ்வாமி கோவிலுக்கு போய் மழை பொழிய வேண்டுமென்று பிரார்த்தித்துக் கொண்டார்கள். ஸ்வாமி கருணை கூர்ந்து அவர்கள் வேண்டு கோளுக்கிணங்கி கொஞ்சம் மழைபொழியச் செய்தார். இருவர் நிலங்களிலும் வழக்கத்திற்கு பாதி நெல் விளைந்தது. மூத்தவன் இவ்வளவாகிலும் நெல் விளைந்ததே, ஸ்வாமியின் கிருபையால் என்று சந்தோஷப்பட்டான். இளையவன் நாம் பிரார்த்தித்தும் இவ்வளவுதானா விளைவது என்று வருத்தப் பட்டான்.

இவ்வாறு பல விஷயங்களிலும் தாங்கள் வேண்டியதைக் குறித்து இருவரும் கோயிலுக்குப் போய் ஸ்வாமியைப் பிரார்த்தித்துக் கொண்டிருந்தார்கள். தாங்கள் கேட்டதற்கு குறைவாக கிடைக்கும் போதெல்லாம் மூத்தவன் "இவ்வளவாவது ஸ்வாமி கொடுத்தாரே என்று சந்தோஷப்பட்டுக் கொண்டிருந்தான். இளையவனோ நாம் கேட்பதவ்வளவையும் ஏன் ஸ்வாமி கொடுப்பதில்லை" என்று முணு முணுத்துக் கொண்டிருந்தான்.

கொஞ்ச காலத்தில் மூத்தவன் சிறந்த தனவானான். இளையவனோ வறுமையால் பீடிக்கப் பட்டான். அவன் இதைக்கண்டு பொறாமை கொண்டவனாய், ஸ்வாமி சந்நிதிக்குப் போய் "ஸ்வாமி, நாங்களிருவரும் ஒரே மாதிரியாகத்தானே உங்களைப் பிரார்த்திக்கிறோம். என் அண்ணனுக்கு மாத்திரம் ஐஸ்வர்யம் விர்த்தியாகிறதே. எனக்கு ஏன் விர்த்தியாகவில்லை ? இதற்கு எனக்கு தயவுசெய்து பதில் சொல்லுங்கள்" என்று வேண்டினான். அன்றிரவு அவன் கனவில் தோன்றி "அப்பா! நீ கேட்ட கேள்விக்கு பதில் இதுதான் உன் அண்ணன் நான் அவனுக்கு எவ்வளவு கொஞ்சம் கொடுத்தாலும் இவ்வளவாவது கொடுக்கிறாரே என்று சந்தோஷப்படுகிறான் உனக்கு நான் எவ்வளவு கொடுத்தாலும் இவ்வளவுதானா கொடுப்பது என்று முணுமுணுக்கிறாய்! அதனால் அவனுக்கு ஐஸ்வர்யம் விர்த்தியாகிறது உனக்கு விர்த்தியாகவில்லை. இனிமேலாவது கிடைத்ததைப் பெற்று இவ்வளவாவது கிடைத்ததே என்று சந்தோஷமாயிரு" என்று புத்தி கூறினார். அவனும் அன்று முதல் சுவாமி கூறியது சரிதான் என்று ஒப்புக்கொண்டு அதன்படியே நடந்து வந்து தன் தமயனைப் போல் ஐஸ்வர்யமானான்,

தெய்வாதீனம்

(கட்டுக் கதை)

தெய்வாதீனம் என்று ஒன்றுண்டு என்று, இவ்வுலகில் யார் நம்பினாலும், நம்பாவிட்டாலும், மூன்று பெயர் அதை நம்புகிறார்கள் ; அம் மூன்று பெயர்களில், நான் ஒருவன், மற்ற இருவர் என் தாய் தந்தையர்கள். இதை நம்புவதற்காக இதை வாசிக்கும் நண்பர்கள் சிரிப்பதானால், எனக்கு ஆட்சேபனையில்லை. ஆயினும் அப்படிப்பட்டவர்களுக்கு, ஒரு வேண்டுகோள் இச்சிறுகதையை முற்றிலும் படித்து விட்டு பிறகு, தெய்வாதீனத்தில் அவர்களுக்கு நம்பிக்கையில்லாவிட் டால் அவர்கள் தாராளமாகச் சிரிக்கலாம்.

நான் பிறந்த ஊர் மதுரை ; என் தகப்பனார் மறவகுலத்தில் ஓர் தலைமை வாய்ந்தவர்; மாலிக்காபூர் என்னும் மகம்மதிய சேனாதிபதி தென் இந்தியாவின் மீது படையெடுத்து வந்து மதுரையைத் தாக்கிய போது, மதுரைக்கு அரணாயிருந்த மதிற் சுவரின் வட அலங்கத்தைக் காப்பதில் என் மூதாதைகளில் ஒருவர் தன் உயிரைக் கொடுத்ததாக, எங்கள் ஜாதியருக்குள் ஓர் கதை சொல்லப்படுகிறது; இது எவ்வளவு நிஜமோ எனக்குத் தெரியாது; ஆயினும் என் முன்னோர் களிடமிருந்து என் தகப்பனார், படைக்கஞ்சா, வீரம் பொருந்திய குணத்தையுடைய வராயிருந்தார் என்பதை அறிவேன்; அவர் இக்குணத்தினால் தன் இள வயதிலேயே, முதல் உலகயுத்தம் ஆரம்பமான போது ஆங்கிலேய ராணுவத்தைச் சேர்ந்தார். அதில் எதற்கும் அஞ்சா சுத்த வீரன் எனப்பெயர் பெற்று ஓர் யுத்தத்தில், விக்டோரியா கிராஸ் (Victoria Cross) என்னும் பதக்கத்தையும் பெற்றார் யுத்தம் முடிந்தவுடன், என் தாயாரின் வேண்டுகோளுக்கிணங்கி, நடுவயதிலேயே, உபகாரச் சம்பளம் வாங்கிக் கொண்டு, ராணுவத்தை விட்டு விலகினார்.

என் தகப்பனார், தாயார், நான், ஆகிய மூவரும், சுமாரான செல்வாக்கில் வாழ்ந்து வந்தோம். என் தகப்பனார், என்னை இளவயதிலேயே ராணுவத்தைச் சேரும்படி வற்புறுத்தினார், என்ன காரணத்தினாலேயோ அது எனக்குப் பிடிக்கவில்லை; நான் என் தாயாரிடம் சொல்லி அவர்களைக் கொண்டு என்னை கலாசாலையில் படிக்க, என் தகப்பனார் அனுமதிக்க உத்திரவு பெற்றேன்.

அப்படியே சென்னை மாகாணக் கல்லூரியில் நான் படித்துக் கொண்டிருந்தபோது, இரண்டாம் உலக யுத்தம் ஆரம்பமானது; அச் சமயம் நான் பி.ஏ. பரீட்சைக்கு வாசித்துக் கொண்டிருந்த போது, ஒரு நாள் நான் மதுரைக்கு வந்து சேர வேண்டுமென்று, என் தாயாரிட மிருந்து ஒரு தந்தி வந்தது. மனதில் அதிக வருத்தத்துடன், உடனே புறப்பட்டு, மதுரை போய்ச் சேர்ந்தேன். ஸ்டேஷனிலிருந்து எங்கள் வீட்டிற்கு விரைந்து சென்றேன். எங்கள் வீட்டில் இரண்டாம் கட்டில் என் தாயார், தான் சாதாரணமாக உட்கார்ந்து கொண்டிருக்கும் இடத்தில் உட்கார்ந்து கொண்டிருப்பதைக் கண்டு, அவர்கள் முகத்தைப் பார்த்தவுடன், பிரமாதம் ஒன்றும் நேரிடவில்லை என்று அறிந்தவனாய், கொஞ்சம் மனம் தேறி, "அப்பா என்னவாக இருக்கிறார்; அவர் சௌக்கியம் தானே? அவருக்கு உடம்பு ஒன்றுமில்லையே;" என்று உடனே கேட்டேன் அதற்கு அவர்கள் அவருக்கு உடம்பு ஒன்றும் அசௌக்கியமில்லை; நன்றாய்த்தான் இருக்கிறார், அதனால்தான் ஒரு கஷ்டம் வந்திருக்கிறது, என்று சாந்தமாய்க் கூறினார்கள். அதன் மீது கொஞ்சம் கோபத்துடன், அப்படியிருந்தால், என்னை இங்கு வரும்படி ஏன் தந்தி அனுப்பினீர்கள்! என்று கேட்டேன். என் தாயார் கொஞ்சம் தழதழத்து பதில் உரைத்தார்கள் 'உலகயுத்தம் மறுபடியும் ஆரம்பித்து விட்டது, என்று உனக்குத் தெரியுமே - உன் தகப்பனார்-மறுபடியும் ராணுவத்தில் சேர்வதாக தீர்மானித்து விட்டார்- நான் எவ் வளவு மன்றாடியும் உன் தகப்பனார் குணம் தான் உனக்குத் தெரியுமே, அவர் ஒன்றைத் தீர்மானித்து விட்டால், அவரை அத்தீர்மானத்தினின்றும் மாற்ற

ஒருவராலும் முடியாது என்று- இப்பொழுது அவர் சைனியத்திற்கு ஆட்களை சேர்க்கும் உத்யோகஸ்தரிடம் போய் உத்திரவுபெற போயிருக்கிறார்

ஒருவிதத்தில் இதைக் கேட்டு, மனத்தளர்ச்சி நீங்கினவனாய், அப்படியானால் இதற்காக என்னையேன் உடனே மதுரை வந்து சேரும்படி தந்தி அனுப்பினீர்கள்? அதிலும் என் பரீட்சை காலம் நெருங்கியிருக்கும் போது " என்று வெறுப்புடன் கேட்டேன். அதற்கு என் தாயார் நயமாய், 'அப்பா' கோபித்துக் கொள்ளாதே அதற்காக நான் இந்த தர்ம சங்கடத்தில் வேறென்றும் செய்வதற்கில்லை நான் இதைப்பற்றி உன்னிடம் பேசி, உன்னிடமிருந்து ஒரு வரம் வாங்கவேண்டுமென்றே இதைச் செய்தேன்" என்று சொல்லி என் தோளின் மீது தன் கரத்தை வைத்து, 'கண்ணே' நான் கேட்கப் போகும் வரத்தைக் கொடுப்பதாக, எனக்கு வாக்கு கொடு" என்று கெஞ்சினார்கள். நான் உடனே அதற்கு அம்மா நான் இதுவரையில் நீங்கள் கேட்பதைச் செய்யாமற் போனேனா? நான் என்ன செய்யவேண்டும்! சொல்லுங்கள், உடனே செய்கிறேன்" என்று கூறினேன், உடனே அவர்கள் "நான் கேட்பதை நீ மறுக்க மாட்டாய் என்பதை நன்றாய் அறிந்தே, உன்னைத் தந்தி கொடுத்து இங்கு வரவழைத்தேன்- என்று கூறிவிட்டு, மெல்லிய குரலுடன்-- நீயும் ராணுவத்தைச் சேர்ந்து சண்டைக்கு உன் தகப்பனாருடன் போய் வரவேண்டும்' என்று கூறக் கேட்ட நான், பகற்காலத்தில் இடி விழுந்ததைப்போல் பிரமித்துப் போனேன் என்றால் மிகையாகாது !!

யுத்தம் என்றால் ஒன்றும் அறியாத நானா ராணுவத்தைச் சேர்வது! என் தகப்பனாருடைய கத்தியைக் கையால் தொடவும் அஞ்சும் நானா யுத்தம் செய்யப் போவது? என் சிறுவயதில் என் பாட்டனார் ஒருவர் "இந்தப் புலி குட்டியின் வயிற்றில் இந்த நரிகுட்டி எப்படி பிறந்தது !" என்று ஏளனம் செய்வார், அது எனக்கு ஞாபகம் வந்தது சிறிது பொறுத்து என் மனதைத் திடப்படுத்திக் கொண்டு என் தாயாரை "அம்மா! என்னை ஏன் ராணுவத்தில் சேரும்படி கேட்கிறீர்கள்?--

'யுத்தத்தில் என் தகப்பனார் தன் உயிரை பலிகொடுக்க முயல்வது போதாதா? நானுமா அப்படிச் செய்ய வேண்டும்?' என்று கேட்டேன் அதற்கு அவர்கள், தந்தையின் உயிரைக் காப்பதற்காக உன்னை ராணுவத்தில் சேரும்படி வேண்டுகிறேன். நீ அவருடன் போய் அவருக்கு ஒரு கெடுதியும் வராதபடி காத்து என்னிடம் கொண்டு வந்து சேர்க்கவேண்டும் என்றார்கள். தன் தாயார் இவ்வாறு வேண்டும்போது, அதை மறுக்க வல்ல பிள்ளை இவ்வுலகில் இருக்கிறானா ?- நான் அப்படியே செய்கிறேன் என்று ஒப்புக் கொண்டேன் "நீ ஒப்புக் கொள்வாய் என்று எனக்குத் தெரியும்" என்று சொல்லி என் நெற்றியில் எனக்கு ஒரு முத்தம் கொடுத்தார்கள். அச்சமயத்தில் திடீரென்று நாங்களிருக்குமிடம் என் தகப்பனார் வந்தார், நேராக நிமிர்ந்து நடந்துக்கொண்டு !

நான் வீட்டிலிருப்பதைக் கண்டு ஆச்சரியப் பட்டவராய், "அடே பையா! உன் கல்லூரியை விட்டு ஏன் இங்கு வந்து சேர்ந்தாய் இப்பொழுது?" என்று கேட்டார், அதற்கு பதிலாக உடனே என் தாயார், நான் வாயைத் திறக்குமுன், "அவன் தன் பாடங்களை யெல்லாம் விட்டு, உங்களுடன் சண்டைக்குப் போக வந்திருக்கிறான் ! " என்று கூறிவிட்டார்கள் !

அதன்பேரில் என் தந்தை, என் முதுகின்பேரில் பலமாய்த் தட்டிக் கொடுத்து, உரத்த சப்தத்துடன் தெருவிலிருக்கும் பலர்களுக்கும் கேட்கும் படியாக, "சபாஷ்! அதுதான் சரி, எப்பொழுதாவது, உன் மனம் இவ்வாறு மாறும் என்று எனக்கு நன்றாய்த் தெரியும்! நீயும் ராணுவத்தைச் சேர்ந்து சிறந்த போர் வீரனாவாய் என்று நான் நம்பியிருந்தது நிஜமாயிற்று - மீனாட்சி சுந்தரேஸ்வரர் கருணையினால்! ஆதிகாலத்தில் மதுரையில் வடக்கு அலங்கத்தைக் காப்பதில் தன் உயிரைக் கொடுத்த நமது முப்பாட்டனாருடைய ரத்தம் உன் உடம்பில் பாய்கிறது என்று சந்தோஷப்படுகிறேன். வீரபாண்டியன் வம்சத்திலுதித்த பையன் வீரனாயிருக்காமற் போகான்!" என்று கூறி,-- "வா என்னுடன் உடனே !" என்று என்னை கையும் பிடியுமாய், ராணுவத்திற்கு ஆட்கள் சேகரிக்கும் உத்யோக

ஆபிஸ்க்கு அழைத்துக் கொண்டுபோய் விட்டார். நான் பேசாது அவருடன் போனேன் வேறென்ன செய்யக் கூடும் நான் சொல்லுங்கள்! அந்த உத்யோகஸ்தர் மிகவும் நல்ல சுபாவமுடையவர், அவர் உடனே என்னை நன்றாய்ப் பரிசோதித்துப் பார்த்து நான் ராணுவத்தில் சேரலாமென்று சொல்லிவிட்டு, "ஆனால், தம்பி, நீ மூன்று மாதம் இங்கே பயிற்சியடைய வேண்டும்" என்று சொல்லி, அதற்கு எப்பொழுது ஆரம்பிக்க போகிறாய் என்று கேட்டார், நான் பதில் கூறுமுன் என் தகப்பனார். இவன் இன்றைக்கே உடனே ஆரம்பிப்பான்!" என்று கூறிவிட்டு அறையைவிட்டு போய் விட்டார். இச்சமயம் அந்த உத்யோகஸ்தர் என் மனதில் ஏதோ கவலையிருப்பதைக் கண்டு "தம்பி, உன் மனதில் ஏதோ இருக்கிறது ஒன்றும் ஒளியாமல் என்னிடம் சொல், பயப்படாதே, நான் முயற்சி செய்து என்னாலியன்ற அளவு அதைத் தவிர்க்கிறேன்" என்று சாந்தமாய்க் கூறவே நான் தைரியப்பட்டு "ஐயா, உம்மை நான் வேண்டிக் கொள்வது ஒன்று இருக்கிறது, அதாவது இங்கு என் பயிற்சி முடிந்தவுடன், என்னை என் தகப்பனாருடைய ரெஜிமென்டிலேயே *(Regiment)* அவருடன் சேர்த்து விடுகிறீர்களா? என்று சொல்லி, அதற்குக் காரணத்தையும் நான் அவருக்குத் தெரிவித்தேன் அவர் அதைக் கேட்டு சந்தோஷப்பட்டவராய் "அப்பா, அப்படியே செய்கிறேன்" என்று வாக்கு கொடுத்தார். அன்றியும் கடவுள் கிருபையால், உன் தாயாரின் கட்டளையையும் நிறைவேற்றுவாயாக!" என்று ஆசிர்வதித்தார்.

இரண்டு மாதம் முடிவதன் முன்பு, என் ரெஜிமென்ட் உடனே பர்மாவுக்குப் புறப்பட வேண்டுமென்று உத்திரவு வந்தது எங்கள் தலைவர் நான் தக்க பயிற்சி அடைந்து விட்டதாக கூறி, என் தகப்பனாருடன் புறப்பட்டுப் போகலாமென்று எங்களை பிரயாணம் செய்துவிட்டார். மதுரையிலிருந்து சென்னப் பட்டணம் வந்து, அங்கிருந்து ரங்கூனுக்கு, புகைக் கப்பல் மார்க்கமாய் பிரயாணம் செய்தோம். அதுதான் நான் முதல் முதல் புகைக் கப்பலில் பிரயாணம் செய்தது. நான் மிகவும்

கஷ்டப்பட்டு பிரயாணத்தை முடித்தேன். என் தகப்பனார் புகைக்கப்பல் பிரயாணத்தில் வழக்கப்பட்டிருந்தபடியால் ஒரு கஷ்டமும் படவில்லை ரங்கூனில் எங்கள் ரெஜிமெண்ட் ஒரு பெரிய கட்டிடத்தில் தங்கும்படி உத்தரவாயது, இங்கு எல்லாம் எனக்கு புதிதாயிருந்தது: என் தகப்பனாருக்கு ஒத்தாசை செய்யும் காலம் போக, மற்றக் காலமெல்லாம் ஊரைச் சுற்றிப் பார்த்து வந்தேன்.

திடீரென்று ஒருநாள் நாங்கள் எல்லோரும் ஒரு மணிக்குள்ளாக யுத்த முனைக்குப் புறப்படவேண்டும் என்று மேல் அதிகாரிகளிட மிருந்து உத்திரவு வந்தது. ஒரு பெரிய ஸ்டீம் லாஞ்சில் *(Steam Launch)* எங்களில் முப்பது பேர் அடைக்கப்பட்டோம். இது ஐராவதி எனும் நதியின் வேகத்திற்கு எதிராக, அழைத்துச் சென்றது, மறுநாள் காலை, அந்நதியின் கரையோரமுள்ள ஒரு பட்டணத்தருகில் எங்கள் படகு நின்றது. அன்றைத்தினம் சாப்பாட்டிற்கு வேண்டிய சாமக்கிரியைகளை வாங்கி வருவதற்காக நானும் எனது நண்பர்கள் சிலரும் பட்டணத்திற்குள் அனுப்பப்பட்டோம். அந்த வேலைக்காக நான் புறப்பட்ட போது என் தகப்பனார் "பையா இந்த ஊரில் கடைத் தெருவில் மங்குஸ்தான் விற்றால், எனக்காக, ஆறு பழங்கள் வாங்கிக் கொண்டுவா" என்று சொன்னார். மங்குஸ்தான் என்றால் என்ன வென்று கேட்க, அது மிகவும் ருசிகரமானதும் ரத்த புஷ்டியைத் தரும் படியானதுமான பழம், என்று சொன்னார், அன்றியும் அப்பழம் இத்தேசத்தில் தான் கிடைக்கும் என்றார். நான் அப்படியே ஆகட்டும் என்று சொல்லிவிட்டு புறப்பட்டு போய், எங்கள் பிரிவிற்கு வேண்டிய உணவுப் பொருள்களை எல்லாம் வாங்கியானவுடன், என்னுடன் சென்ற, எனது சிநேகிதர் ஒருவர் உதவியால், ஆறு மங்குஸ்தான் பழங்களை வாங்கிக் கொண்டு திரும்பி வந்து எங்கள் படகில் ஏறி, கடை சாமான்களையெல்லாம் சமயற்காரனிடம் கொடுத்து விட்டு, என் தகப்பனாரிடம் பழங்களைக் கொடுக்கப் போனேன். அச்சமயம் அவர் உட்கார்ந்திருந்த இடத்திற்கு இரண்டு மூன்று கஜதூரம் போனதும். நான் இதோ அப்பா! நீங்கள் வேண்டிய

என்று ஆரம்பித்ததுதான் ஞாபகமிருக்கிறது - உடனே மின்னலைப் போல் ஒரு வெளிச்சம் தோன்றி, இடி இடித்தது போன்ற சப்தம் காதில் விழுந்தாற் போல் ஞாபகமிருக்கிறது - அவ்வளவுதான். பிறகு என்னினைவிற்கு வருகிறது- ஏதோ ஒரு புதிய இடத்தில் நான் கண் விழிக்க, என் தாயாரின் கண்களை நான் சந்தித்ததேயாம் ! என் மனதில் உண்டான ஆச்சரியம் கொஞ்சம் குறைந்தவுடன், "அம்மா?-- தகப்பனார் எங்கே? அவர் எப்படியிருக்கிறார்? என்று கேட்டேன். என் குரல் எனக்கே ஏதோ புதுமையாயிருந்தது. என் தாயார் அதற்கு, தழதழத்த குரலுடன், "அவர் சவுக்கியமாக - இருக்கிறார் - அவரைப்பற்றி உனக்கு கவலை வேண்டாம்- ஈஸ்வரன் கருணை நீ பிழைத்தாய்- இப்பொழுது-மறுபடியும் தூங்கப்போ" என்று என்னைத்தடவிக் கொடுத்தார்கள். நான் உடனே தூங்கினேன் என்று நினைக்கிறேன்.

நான் கண்விழித்த போது, நான் இருந்த அறையில் வேறொருவரும் இல்லை. ஒரு மின்சார விளக்கு மேலே எரிந்து கொண்டிருந்தது. சுற்றிப் பார்த்த பொழுது, நான் ஒரு ஆஸ்பத்திரி அறையில் இருப்பதை அறிந்தேன், மெல்ல மெல்ல எனக்கு எல்லாம் ஞாபகத்திற்கு வந்தது நான் காண்பது கனவல்ல என்று கண்டேன்- நான் கொஞ்ச முன்பாகப் பார்த்தது என் தாயார் என்பதற்குச் சந்தேகமில்லை - எங்கே அவர்கள் இப்பொழுது ? அவர்கள் தன் வழக்கப்படி என் நெற்றியில் முத்தமிடுவதைவிட்டு, என் கையையேன் முத்தமிட்டார்கள்!--நான் மெலிந்து போன என் கையை மெல்லத் தூக்கி, என் நெற்றியைத் தொடப் பார்த்தேன் அச்சமயம் தான் அங்கு ஒரு பெரிய கட்டு கட்டியிருப்பதை அறிந்தேன்! மறு நிமிஷம் எனக்கு எல்லாம் விளக்க மாயிற்று! வெடிகுண்டோ என்னவோ என் தலையில் மோத, நான் காயம் பட்டு பிரக்ஞை அற்று போயிருக்க வேண்டும். ஆயினும் என்னை இங்கு யார் கொண்டு வந்தது? இந்த ஆஸ்பத்திரி எங்கே இருக்கிறது? என்னுடைய தகப்பனார் என்ன----

இட்சணம் ஆஸ்பத்திரி நர்ஸ் (Nurse) ஒரு அம்மாள் வந்து என் தேக உஷ்ணத்தை, உஷ்ணமறியும் கருவியைக் கொண்டு பரி

சோதித்துப் பார்த்தார்கள் நான் கொஞ்சம் தைரியத்துடன், என் தாயார் எங்கே? என்று அவர்களைக் கேட்க- "அவர்கள் எல்லாம் சரி தான்-நான் அவர்களை இங்கு அழைத்துக் கொண்டு வருகிறேன்" என்று சொல்லி விட்டு வெளியே போய், என் தாயாரை அழைத்துக் கொண்டு வந்தார்கள்; என் தாயாருடன் ஒருவர் வந்தார், அவர் ஒரு வயித்தியராயிருக்க வேண்டும் என்று ஊகித்தேன். என் தாயார் என் படுக்கைக்கு ஓடிவந்து, தன் கைகளால் என்னை அணைத்து, என் நெற்றியின் பேரில் கட்டு கட்டியிருந்ததின் மீது முத்தமிட்டார்கள். நான் அச்சமயம் தகப்பனார் எங்கே என்று மெல்ல கேட்க -அவர்கள் மிருதுவாய்,"அவர் சுகமாய்தான்- இருக்கிறார் - சீக்கிரம் நாம் அவரைத் காண்போம் கவலைப்படாதே. என்றார்கள் - உடனே வயித்தியர் என்னைப்பார்த்து "பிள்ளையாண்டான்! நீ இப்பொழுது என் வசம் இருக் கிறாய்- நான் சொல்கிறபடி கேட்க வேண்டும் எதைப் பற்றியும் இப்பொழுது - கவலைப்படாதே; - நான் உன் காயத்தைப் பரிசோதித் துப்பார்த்து கட்டு கட்டுமளவும் பேசாதே ஒன்றும் !'--என்று சொல்லி என் இருதயம் எல்லாம் பரிசோதித்துப் பார்த்து விட்டு என் நெற்றியிலிருந்த கட்டை அவிழ்த்துச் சிகிச்சை செய்து மறுபடியும் புதிய ஒரு கட்டைக் கட்டிவிட்டு-"அம்மா இனி உங்களுக்கு ஒரு பயமும் வேண்டாம் - காயம் சரியாக ஆறிக்கொண்டு வருகிறது, என்று கூறிவிட்டு நர்ஸிடம், என் ஆகாரத்திற்காக ஏதோ கொடுக்கும் படி சொல்லிவிட்டு, வெளியே போய் விட்டார்-போகு முன் என் தாயாரிடம் "இவன் எதைப்பற்றியும்-கவலைபடாதபடி கொஞ்சம் பார்த்துக்கொள்ளுங்கள் " என்று கூறிப்போனார்- உடனே நர்ஸும் வெளியே போக, என் தாயாரும் நானும் மாத்திரம் தனித்திருந்தோம்.

நான் தனியாய் என் தாயாருடன் இருந்தபோது, கொஞ்சம் களை தீர்ந்தவனாய்,"அம்மா, அப்பா எங்கே இருக்கிறார்கள் எப்பொழுது வருவார்கள் சொல்லுங்கள்," என்று கேட்டேன், அதற்கு அவர்கள் அவர் சுகமாய்த் தானிருக்கிறார் - நம்மிடம் கொஞ்ச காலம் பொறுத்து வருவார்- நாளை காலை உனக்கு

எல்லாம் தெரிவிக்கிறேன் - இப்பொழுது நல்ல பிள்ளையைப் போல் கொஞ்சம் தூங்கு, என்றார்கள். இப்படிச் சொல்லி விட்டு தன்கையால் மிருதுவாய் என்னைத் தடவிக் கொடுத்தார்கள், அப்பொழுது, அவர்கள் நெற்றியில் அணிந்திருந்த பெரிய குங்குமப் பொட்டை உற்றுப்பார்த்து விட்டு, ஒருவாறு சந்தேகம் நீங்கினவனாய் உறங்கி விட்டேன்.

ஒரு வாரம் பொறுத்து என்னை ஆஸ்பத்திரியினின்றும் விடுதலை செய்து விட்டார்கள், உடனே நாங்கள் இருவரும் மதுரைப்போய்ச் சேர்ந் தோம், கூட்ஸ் ஷெட் *(goods shed)* தெருவிலிருக்கும் எங்கள் பழய வீட்டிற்கு போனோம். அவ்விடம் போன பிறகு தான், கடவுளின் கிருபையால் நான் எனக்கு நேரிட்ட ஆபத்தினின்று காப்பாற்றப்பட்டேன் என்பதை கொஞ்சம் கொஞ்சமாக எனக்குத் தெரிவித்தார்கள். நான் வெடி குண்டினால் காயப்பட்டு பிழைக்க மாட்டாத கஷ்ட திசையில், சென்னையில் ஆஸ்பத்திரியில் இருப்பதாகவும், உடனே வந்து காண வேண்டுமென்றும் தனக்கு தந்தி வந்ததாம், நான் அவர்கள் பெயரைச் சொல்லி அடிக்கடி கூப்பிட்டுக் கொண்டிருந்தேனாம்- உடனே புறப்பட்டு வந்து என்னை சென்னையில் பார்த்தார்களாம்: அப்பொழுது அவர்களை நான் இன்னாரென்று கண்டுபிடிக்க முடியாமல், என் மாறாட்டத்தில் அவர்களைக் க்காணவேண்டும் காணவேண்டும், என்று கத்திக் கொண்டிருந்தேனாம், என் தகப்பனாரையும் காண வேண்டுமென்று பிதற்றிக் கொண்டிருந்தேனாம்; அன்றியும் ஏதோ ஆறு பழங்களைப்பற்றி அடிக்கடி உளறிக் கொண்டிருந்தேனாம். என்னைப் பார்த்து வந்த வயித்தியர், நான் பிழைப்பது கஷ்டம் என்று கூறினாராம் எந்த க்ஷணம் என் உயிர் போகுமோ என்று திகிலடைந்தார்களாம், இப்படி பல நாள் என் உயிர் ஊசலாடிக் கொண்டிருந்த போது, ஒரு நாள் வயித்தியர், நான் யாரையாவது இன்னாரென்று தெரிந்துக் கொள்ளும்படியான சக்திவந்தால்,ஒரு வேளை நான் பிழைக்க கூடும், என்று தெரிவித்தாராம். பகலிரவு ஓயாமல் என் படுக்கையின் பக்கத்தில் உட்கார்ந்துக்கொண்டு, நான் ஓயாமல்

கூவிக்கொண்டிருக்கும் என் தாயார் தான் தானென்று நான் அறியும்படி தன்னாலான சூழ்ச்சிகளெல்லாம் செய்து பார்த்தார்களாம் ; கடைசியில் தெய்வாதீனத்தால் ஒரு நாள் நான் முன்பு கூறியபடி தன்னை அறிந்துக் கொண்டேனாம்.

இதுவரையில், நான் என் தகப்பனாரைப் பற்றிக் கேட்கும் போதெல்லாம் "அவர் ஸ்வாமியின் கிருபையால் ஒரு நாள் நம்மிடம் வந்து சேர்வார் நீ அதைப் பற்றிக் கவலைப்படாதே!" என்று சொல்லி நான் பன்முறை கேட்டும் வேறொன்றும் தெரிவிக்கவில்லை, ஆகவே என் மனதில் வருத்தமிருந்த போதிலும், நான் கேட்கும் போதெல்லாம் அவர்களுக்கு மன வருத்தம் அதிகமாகியது, என்று கண்டு அவரைப்பற்றி கேட்பதை விட்டேன்.

ஒரு நாள் துரைத்தனத்தாரிடமிருந்து என்னை ராணுவத்திலிருந்து விடுவித்ததாக உத்திரவு வந்தது எனக்கு நேரிட்ட விபத்தில் எனது இடது கரம் பிரயோஜன மற்றதாய் விட்டது என்பதை, உங்களுக்கு சொல்ல மறந்தேன், எனக்கு போனஸ் *(Bonus)* பணம் கொடுத்து ஏதாவது சிவில் உத்தியோகத்தில் என்னைப் பிறகு எடுத்துக் கொள்வதாகவும் தெரிவித்தார்கள் இதை நான் சந்தோஷத்துடன் வரவேற்றேன். இதை நான் என் தாயாருக்குத் தெரிவித்தேன் அவர்களும் சந்தோஷப்பட்டார்கள் ஏனெனில், உண்மையைக் கூறுமிடத்து என் பிதுர் ராஜித சொத்து பெரும்பாலும், எனக்கு சிகிச்சைச் செய்வதில் செலவழிந்து போய் விட்டது. அச்சமயம் நான்,"என்துர் அதிஷ்டம்! தகப்பனார் நம்முடன் இல்லையே இந்த சந்தோஷ சமாசாரத்தைக் கேட்க!" என்று வருத்தப் பட்டேன். அப்பொழுது தான், என் தகப்பனாரைப் பற்றி உண்மையை எனக்கு வெளியிட் டார்கள் - ராணுவ உத்தியோகஸ்தர்கள் அவரது உடலைக் கண்டு பிடிக்க முடியவில்லை என்றும், ஆகவே அவரை காணாமற் போன படை வீரர்களின் எண்ணிக்கையில் சேர்க்கப்பட வேண்டும் என்று, தெரிவித்ததாகச் சொன்னார்கள். ஆயினும் அவர் உயிரோடுதான் இருக்கிறார் எப்படியும் கடவுளின் கிருபையால் ஒரு நாள் நம்மிடம் வந்து சேர்வார் ! என்றும்

உறுதியாய் கூறினார்கள். இதைக் கேட்ட தும் என்ன காரணத்தினாலோ முதலில் இருந்த என் மன துயரம் சற்று நீங்கி ஆறுதலடைந்தேன்.

கொஞ்சம் காலம் பொறுத்து, கடல் சுங்கம் வாங்கும் ஆபிசில் *(Custom house office)* எனக்கு ஓர் உத்தியோகம் கிடைத்தது இதைக் கேட்டபோது என் தாயார் முக்கியமாக சந்தோஷப் பட்டார்கள், அப்பொழுது அவர்கள் என்றைக்காவது ஒரு நாள் உன் தகப்பனார் ரங்கூனிலிருந்து வந்து சேர்வார்கள். ஆகவே அங்கிருந்து வரும் நீராவிக் கப்பல்களிலிருந்து வருபவர்களை யெல்லாம், தினம் கவனித்துப் பார்த்துக் கொண்டு வரவேண்டும், என்று என்னிடமிருந்து வாக்குறுதி வாங்கிக் கொண்டார்கள் அப்படி என் தகப்பனார் வருவார் என்று எனக்கு கொஞ்ச மேனும் நம்பிக்கையில்லா விட்டாலும். அவர்களை திர்ப்தி செய்வதற்காக அப்படியே செய்வதாகவும் ஒப்புக் கொண்டேன்.

வருடம் மாறி வருடம் வந்தது, என் தகப்பனார் ரங்கூன் ஸ்டீமரில் திரும்பி வரவில்லை; அவரைப் பற்றி நான் நினைக்கும் போதெல்லாம் அவரை நான் மறுபடியும் காண்பேன் என்னும் ஆசை குன்றிக் கொண்டு வந்தது தினம் அவர் வரவில்லை என்று சாயங்காலம் நான் வீட்டிற்கு திரும்பி வந்தவுடன் அதே பாடம் என் தாயாருக்கு ஒப்பித்துக்கொண்டு வந்தேன் ஆயினும் அவர்கள் மாத்திரம் தன் நம்பிக்கையினின்றும் கொஞ்சமும் மாறவில்லை; அடிக்கடி "அப்பா, என்றைக்காவது ஒரு நாள் திரும்பி வருவார்,கலங்காதே" என்று எனக்கு தைரியம் சொல்லிக்கொண்டு வந்தார்கள்.

ஒரு நாள் காலை எழுந்தவுடன் திடீரென்று குழந்தை! இன்றைக்கு உன் அப்பா திரும்பி வருவதாக நான் நேற்றிரவு கனவு கண்டேன் -- இன்றைக்கு எப்படியும் அவரை நாம் காண்போம் ரங்கூனிலிருந்து வரும் பிரயாணிகளை ஜாக்கிரதையாக உற்றுப் பார்த்துவா என்று சொன்னார்கள் அதை நான் நம்பாவிட்டாலும். அவர்களுக்கு ஆகட்டும் என்று

உத்திரவு சொல்லி, அன்றைத் தினம் வழக்கப்படி என் வேலைக்குப் போனேன்.

அன்றைத்தினம் ரங்கூன் நீராவிக் கப்பல், கொஞ்சம் கால தாமதமாகி வந்தது; நான் ஹார்பரில் *(Harbor)* கப்பல் பிரயாணிகள் வரும் வாயிலருகில் நின்று இறங்கி வரும் ஒவ்வொரு பிரயாணியின் முகத்தையும் கவனமாய் உற்றுப் பார்த்து வந்தேன் அவர்களில் ஒருவறாவது என் தகப்பனாரின் ஜாடையுடையவனாயும் காணவில்லை மனதில் மிக்க கிலேசத்துடன், நான் வீட்டிற்குத் திரும்ப, யத்தனிக்கும் தருவாயில், யாரோ ஒருவர் என் முதுகில் தட்டி “அடே கிழவா உன்னை நான் இங்கு சந்திப்பேன் என்று நினைக்கவே யில்லை !' என்று சந்தோஷத்துடன் கூறிய சப்தம் என் செவியில் பட்டது. நான் ஆச்சரியத்துடன் திரும்பிபார்க்க, சென்ற யுத்தத்தில் என்னுடன் எங்கள் ரெஜிமெனடில், என் பக்கலில் நின்று யுத்தம் புரிந்த பழய சிநேகிதர் ஒருவரைக் கண்டேன் நாங்கள் கொஞ்சம் நேரம் ஒருவொருக்கொருவர் யோக க்ஷேமத்தை விசாரிப்பதில் கழித்தோம் நான் தங்கியிருக்கும் வீட்டின் மேல் விலாசம் அவருக்குக் கொடுத்த பிறகு அவர் என்னை விட்டுப் பிரியுமுன் "இந்தா கிழவா- இதோ நான் பர்மாவிலிருந்து கொண்டு வந்த மங்குஸ்தான் பழங்கள், இவற்றை வாங்கிக் கொள் என்று சொல்லி, எனக்கு 12 பழங்கள் கொடுத்தார், அவர் பின்னால் ஒரு போர்டர் தூக்கிக் கொண்டு வந்த கூடையினின்று அப் பழங்களைக் கண்டவுடன் என்னையும் அறியாதபடி என் மனதில் ஒரு சந்தோஷம் உண்டாச்சுது- "சரிதான்- ஆனால் எனக்கு ஆறுபழங்கள் போதும்" என்று கூறி, எனது நண்பர் எவ்வளவு சொல்லியும் கேளாமல் அவைகளில் ஆறு பழங்களை மாத்திரம் பொறுக்கி எடுத்துக் கொண்டேன். என்னிடம் இன்னொரு கூடை பழங்கள் இருக்கின்றன என்று அவர் எவ்வளவோ வற்புறுத்தியும் ஆறுக்கு மேல் வேண்டாம் என்று மறுத்தேன். இவைகளை என் கைகுட்டையில் ஜாக்கிரதையாகக் கட்டிக்கொண்டு, என் நண்பரிடமிருந்து விடைபெற்று வீட்டிற்குத் திரும்பினேன் வருகிற வழியில்

அன்று வெள்ளிக் கிழமை யாயிருந்தபடியால், புஷ்பக் கடைக்குப் போய் என் தாயார் தினம் பூஜை செய்யும் தகப்பனாரின் படத்திற்காக, வழக்கம்போல் ஒரு மல்லிகை மாலை வாங்கிக் கொண்டுபோய், அதை என் தாயாரிடம் கொடுத்துவிட்டு, எனக்கு அதிர்ஷ்டவசத்தால் அன்று கிடைத்த ஆறு மங்குஸ்தான் பழங்களையும் காட்டினேன். அவர்கள் மிகவும் சந்தோஷப் பட்டவர்களாய். உன் தகப்பனாருக்குக் கொடு" என்றார்கள் அதாவது தகப்பனாரின் படத்திற்கு நிவேதனம் செய் என்று அர்த்தம், நான் கை கால்களை சுத்தி செய்து கொண்டு அப் பழங்களை எடுத்துக் கொண்டுபோய் என் தகப்பனாரின் படத்தெதிரில் வைத்து, "அப்பா! நீங்கள் விரும்பிய பழங்கள் இதோ கொண்டு வந்தேன்!" என்று கூறினேன் அப்பொழுது என்னையுமறியாதபடி துயரமுற்றவனாய், கண்ணீர் சொரிந்து அப்படியே சாய்ந்து விட்டேன்;

எவ்வளவு காலம் அப்படியிருந்தேன் என்று எனக்குத் தெரியாது; எனக்கு பிரக்ஞை வந்து கண் விழித்தவுடன் "அவனை எழுப்பாதே" என்று யாரோ கூறியது போல் என் செவியிற் பட்டது, என் கண்களை நன்றாய் திறந்து பார்க்க, என் எதிரில் பழங்களை காணாதவனாய், கோபத்துடன் "பழங்களை யார் எடுத்தது? என்று கேட்டுத் திரும்பிப் பார்க்க, என் தகப்பனாரின் கண்களை என் கண்கள் சந்தித்தன! என் தகப்பனார் ! கண்ணே ! நான்தான் அப்பழங்களை உன் கையினின்றும் வாங்கிக் கொண்டேன்! என்று கூறினார்! என் தாயார் அவருக்குப் பின்னால் சிரித்த முகத்துடன் நின்றுக் கொண்டிருந்தார்கள். அவரது வார்த்தை என் செவியில் அமிர்தம் பொழிவதுபோல், விழுந்தன ! ஆனந்தம் அதிகப் பட்டவனாய், மெய்தளர்ந்து அப்படியே அவர் பாதத்தில் விழப்போனேன் - உடனே அவர் தன் இருகைகளாலும் என்னைக் கட்டியணைத்து என்னை முத்தமிட்டார் எனக்கு ஞாபகம் இருக்கும் வரையில் அதுதான் அவர் என்னை முதல்விசை முத்தமிட்டது.

மிகுதி கதையை சீக்கிரம் சொல்லி விடலாம், அன்றிரவு நன்றாய் சாப்பிட்டுவிட்டு என் தகப்பனாருடன் ஒரே படுக்கையில் படுத்துக் கொண்டேன்; அப்பொழுது மேற்கூறியபடி அபாயகரமான காயம் எனக்கு பட்ட சமயம், தனக்கு அந்த வெடிகுண்டினால் சிறு காயம்தான் பட்டதாயும்,உடனே தன்னை சில ஜப்பானியர்கள் கைதியாகப் பிடித்துக்கொண்டு போய், சிறையில் அடைத்ததாயும், அங்கு அவர்கள் எவ்வளவோ சித்திரவதை செய்தும் எங்கள் சையனித்தைப் பற்றிதான் ஒன்றும் கூற மறுத்ததாயும், பிறகு சண்டை முடிந்து சமாதானம் ஆன பிறகு தான், அவர்கள் தன்னை சிறையிலிருந்து விடுவித்தாயும் சொன்னார், விடுபட்டவுடன் ரங்கூனுக்கு வந்து ஒரு தமிழ் பத்திரிகையில் நான் ஒரு பத்திரியில் அவரைப்பற்றி வினாவியிருந்த சமாசாரத்தை வாசித்து. உடனே நீராவிக் கப்பலேறி, பட்டணம் வந்து சேர்ந்ததாகவும் தெரிவித்தார் அன்றிரவு மிகவும் சந்தோஷமாய்த் தூங்கினேன் என்று நான் தெரிவிக்க வேண்டிய அவசியமில்லை, அன்றுமுதல் தெய்வம் ஒன்று இருக்கிறது என்றும், எந்த முடியாத காரியமும் தெய்வாதீனத்தால் முடியக்கூடும் என்று நம்பிக்கை யுடையவனாயினேன். இனி நான் அந்த நம்பிக்கை உடைய வனாயிருப்பதைப் பற்றி இதை வாசிக்கும் எனது நண்பர்கள் சிரிக்க விரும்பியிருந்தால் சிரிக்கட்டும்.

தாரக மந்திரம்

(என் தாயார் எனக்கு சொன்ன கட்டு கதை)

ஒரே ஒரு காட்டிலே ஒரு ரிஷி இருந்தார், அவருக்கு அநேக வருஷமாக ஒரு சிஷ்யர் பணிவிடை செய்து வந்தார், குரு சிஷ்யருக்கு எல்லா வித்தைகளையும் கற்றுக் கொடுத்தார். ஆனாலும் தாரக மந்திரம் அதாவது மோட்சத்தை கொடுக்கும் மந்திரம் மாத்திரம் சொல்லவில்லை, அந்த மந்திரத்தை சிஷ்யராக கேட்டு தெரிந்து கொள்ள கூடாது. குருவாக பார்த்து சந்தோஷப்பட்டு உபதேசம் செய்தால்தான் அது பலிக்கும், சிஷ்யர் பாவம் எப்போது குரு உபதேசம் செய்வாரோ என்று காத்திருந்தார். வெகு காலம் சென்று ஒரு நாள் குருவானவர், சிஷ்யரை அழைத்து "அப்பா, நான் மோட்சம் அடையும் காலம் நெருங்கி விட்டது, இன்றைக்கு உனக்கு நான் தாரக மந்திரம் உபதேசிக்கப் போகிறேன். சீக்கிரம் போய் அதோ இருக்கும் குளத்தில் குளித்துவிட்டு பரிசுத்தனாக வா" என்று சொன்னார் உடனே சிஷ்யர் விரைந்து போனார். அவர் திரும்பி வருமுன் குரு தன் பிராணன் போய்விடும் என்று அறிந்தவராய் தன் அருகில் இருந்த மணலை பரப்பி அதன் பேரில் அம் மந்திரத்தை எழுதிவிட்டு உயிர் நீத்தார், அச்சமயத்தில் அருகாமையில் போய்க் கொண்டிருந்த ஒரு தொம்பரவச்சி இதை பார்த்தவளாய்; தன் காதில் அணிந்திருந்த ஓலையைச் சீக்கிரம் எடுத்து மணலில் எழுதி இருந்த எழுத்துக்களை தன் நகத்தால் அப்படியே எழுதிக்கொண்டு ஓலையை காதில் அணிந்து கொண்டு மணலில் எழுதி இருந்ததை கையால் அழித்து விட்டாள்.

தூரத்தில் குளித்துக் கொண்டிருந்த சிஷ்யர் இதையெல்லாம் ஒருவாறு பார்த்திருந்து ஓடோடியும் வந்தார். இதற்குள்ளாக குரு எழுதியதை அழித்து விட்டதைக் கண்டார், மிகவும் துக்கப்பட்டார்; என்ன செய்வார் பாவம் ! பிறகு குருவின் உடலை தகனம் செய்து விட்டு அந்த தொம்பரவச்சி இருக்கும்

இடத்தைத் தேடி சென்று அக்கூட்ட தலைவனிடம் தன்னையும் ஒரு வேலையாளாக சேர்த்துக் கொள்ளும்படி வேண்டினார், அக் கூட்டத்தில் இருந்து கொண்டு தொம்பரவச்சி சொன்ன வேலைகளை யெல்லாம் மிகவும் பணிவுடன் செய்து வந்தார் - அவளை திருப்தி செய்வதற்காக; இப்படி பல நாட்கள் கழிந்தன, தொம்பரவச்சியாக சந்தோஷப்பட்டு அவள் காதில் அணிந்த ஓலையில் எழுதி இருந்த மந்திரத்தை அவளாக சொல்வாள் என்று எதிர்பார்த்திருந்தார். அவள் சொல்லவே இல்லை, "ஏதாவது நல்ல சமயம் வருமா" என்று எதிர்பார்த்துக் கொண்டிருந்தார் சிஷ்யர்.

பிறகு ஒரு நாள் திடீரென்று பக்கத்தில் இருந்த ஒரு அரசருடைய முக்கிய பட்டணத்தை போய் 'தொம்பரவ கூட்டம்' சேர்ந்தது, பிறகு தொம்பரத் தலைவன் அரசரிடம் போய், தன் வித்தைகளை யெல்லாம் காட்ட விரும்பினான் ; அரசரும் அதற்கு இசைந்து மறுநாள் அந்த வித்தைகளை பார்ப்பதாக ஒப்புக் கொண்டார் பிறகு மந்திரியை அழைத்து அக் கூட்டத்தார்க்கெல்லாம் அரண்மனையில் சாப்பாடு போடும்படி சொன்னார்.

அந்த அரசருடைய அரண்மனையில் ஒரு ஆராய்ச்சி மணிகட்டி இருந்தது, அந்த மணியின் பெருமை என்னவென்றால் அரண் மனைக்குள் மகான்கள் யாராவது சாப்பிட்டால் தானாக இவை கண கணவென்று அடிக்கும் அன்றைத் தினம் தொம்பர கூட்டம் சாப்பிடும் போது வழக்கம்போல் நாலைந்து தரம் அடிக்கும் மணி கால் நாழிகை விடாது கணகண வென்று அடித்தது, இதை கேட்டு ஆச்சர்யப்பட்டு அரசர் மந்திரியை அழைத்து "யாரோ ஒரு பெரிய மகான் வந்திருக்கிறார் போலிருக்கிறது, அது யாரென்று சீக்கிரம் தெரிந்துவா" என்று அனுப்பினார், மந்திரி அப்படியே அந்த பெரிய அரண்மனைக்குள் யார் யார் புதிதாக வந்தார்கள் என்று விசாரித்துக் கொண்டு வந்தான். அவர்களுள் ஒருவரும் மகானாக காணப்படவில்லை, கடைசியில் தொம்பரக் கூட்டம் இருக்கும் இடத்திற்கு போய் சேர்ந்தான். அவர்களை

ஒவ்வொருவராய் பார்த்துக் கொண்டு வரும்போது நம்முடைய சிஷ்யரைக் கண்டவுடன் இவர் தொம்பரவனாக காணப்படவில்லை என்று சந்தேகப்பட்டு அவரிடம் போய் அவரை ஒரு புறமாக அழைத்துச் சென்று இரகசியமாய் "ஐயா, உங்கள் முகத்தைப் பார்த்தால் நீங்கள் இந்த தொம்பர கூட்டத்தை சேர்ந்தவர் அன்று என்று தெரிகிறது. உங்கள் முகத்தின் தேஜஸினால் நீங்கள் ஒரு மகானாக காணப்படுகிறீர். நீங்கள் இக் கூட்டத்தில் ஏன் வந்து சேர்ந்தீர் என்று எனக்கு தயவுசெய்து சொல்லவேண்டும் என்று கேட்டான்.

அதன்பேரில் அந்த சிஷ்யர் தன் சமாசாரத்தையெல்லாம் சவிஸ்தாரமாக கூறி நாளை தினம் எனக்கு நீங்கள் ஒரு உதவி செய்ய வேண்டும் என்று காதில் எதோ இரகசிமாய் சொன்னார்; மந்திரியும் அப்படியே ஆகட்டும் என்று சொல்லி விட்டு அரசரிடம் போய் எல்லாவற்றையும் தெரிவித்தான்.

மறுநாள் அரசர் காலை சிற்றுண்டி அருந்தி விட்டு தன் பரிவாரங்களுடன் உட்கார்ந்து கொண்டு தொம்பரவர்களை அழைத்து அவர்கள் விதையை எல்லாம் காட்டச் சொன்னார், அவர்களும் ஒவ்வொன்றாய் தங்கள் வித்தைகளை காட்டிக் கொண்டு வந்தார்கள், கடைசியில் தொம்பரவச்சி கெடை கட்டி அதன் மேலிருந்து ஆட ஆரம்பித்தாள். அவள் ஆடும்பொழுது கால், கை, கழுத்து, காது, மூக்கு முதலிய அவயவங்களில் பல வர்ணமான மணிகளால் ஆகிய ஆபரணங்களையும் காதில் ஓலையும் அணிந்திருந்தாள் கம்பத்தின் கீழ் இருந்த நமது சிஷ்யர் வெள்ளி, பொன்னால் ஆகிய ஆபரணங்களை அருகில் இருந்த மந்திரி கொடுக்க ஒவ்வொன்றாக மேலே எறிந்து கொண்டு வந்தார், தொம் பரவச்சி ஆடிக் கொண்டே ஒவ்வொன்றாய் பிடித்து, தான் அணிந்திருந்த அற்ப ஆபரணங்களை கழட்டிவிட்டு சிஷ்யர் எறிந்த விலையுயர்ந்த ஆபரணங்களை போட்டுக் கொண்டே கெடையில் மிகுந்த சாதுர்யமாக ஆடிக் கொண்டிருந்தாள்; கடைசியாக சிஷ்யர் ரத்தினங்கள் பதித்த கம்மலை எறிய அதை பார்த்தவுடன் மிகுந்த சந்தோஷப்பட்டு தன் காதில் இருந்த ஓலை சுருள்களை கீழே எறிந்து விட்டு ரத்தின

கம்மல்களை போட்டுக் கொண்டாள்; கீழே இருந்த சிஷ்யர் அக் காதோலைகள் தரையில் விழாமல் கைகளால் பிடித்துக் கொண்டு உடனே அதில் ஒன்றை பிரித்து பார்த்து அவ்வோலையை கண்களில் ஒற்றிக் கொண்டு தொம்பரவச்சிக்கும் மந்திரிக்கும் அரசருக்கும் வணக்கம் செலுத்திவிட்டு சரேலென்று சந்நியாசிகள் செய்ய வேண்டிய பூபிரதட்சணத்திற்காக புறப்பட்டுவிட்டார்.

மந்திரியானவன் தான் அறிந்த விர்த்தாந்தத்தை யெல்லாம் அரசருக்கு தெரிவித்தான், அரசர் ஆச்சர்யப்பட்டு சந்தோஷப்பட்டார்.

குரு சிஷ்ய சம்வாதம்

(மானசீகம்)

1. சிஷ்யன் குருவை பார்த்து ஒரு முறை சுவாமி சிலர் தெய்வமே இல்லை யென்கிறார்களே, அவர்களுக்கு நாம் எப்படி புத்தி புகட்டுவது என்று கேட்டான் அதற்கு குருவானவர் அப்பா என் சிறு வயதில் இதைப் பற்றி நடந்த ஒரு சமாசாரத்தைச் சொல்கிறேன் கேள் ஒருமுறை ஒருவன் என்னிடம் வந்து" நான் உங்களுடன் ஒரு வாக்கு வாதம் செய்ய விரும்புகிறேன்: நான் தெய்வம் என்று ஒன்று இல்லை யென்று சொல்கிறேன். நீங்கள் என்ன சொல்கிறீர்கள் ? என்று கேட்டான். அதற்கு நான் ஐயா தெய்வம் என்று ஒன்று இல்லை என்கிறீர்களே, என்ன இல்லையென்கிறீர்கள். இன்று இல்லை என்று சொல்லுமுன் இல்லாதது என்ன, எப்படிப்பட்டது என்று தெரிய வேண்டாமா? ஆகவே, உங்கள் அபிப்பிராயத்தில் தெய்வம் என்பதற்கு என்ன அர்த்தம் ? இதை முதலில் தெரிந்துக் கொண்டால் பிறகு நாம் இதைப்பற்றி வாக்கு வாதம் செய்யலாம் என்று பதில் உரைத்தேன். உடனே அவன் கோபம் கொண்டு போய்விட்டான், நீயும் யாராவது உன்னைக் கேட்டால் இம்மாதிரி பதில் சொல்' என்று பதில் கூறினார்.

2. சிஷ்யன் ஒரு நாள் குருவை பார்த்து "சுவாமி நான் ஒருவருக்கும் கெடுதி செய்வதில்லை, உங்கள் கட்டளைப்படி மற்றவர்கள் ஏன் எனக்கு கெடுதி செய்ய வேண்டும் என்று கேட்டான். அதற்கு குருவானவர் இந்த கேள்விக்கு பதில் சொல்லுவதை விட நான் உன்னை ஒரு கேள்வி கேட்கிறேன்-- நீ யாருக்கு என்ன நன்மை செய்தாய்? அவர்கள் உனக்கு நன்மை செய்ய ? இதை யோசித்து பார்" என்று பதில் சொல்லி அனுப்பினார்,

3. இன்னும் கொஞ்ச நாள் பொறுத்து சிஷ்யன் குருவண்டை போய் "சுவாமி கர்மா, கர்மா என்று சொல்கிறீர்களே, இந்த

கர்மா முதலில் என்னமாக உண்டாயிற்று" என்று கேட்டான். அதற்கு அவர் "உன் கேள்விக்கு பதிலாக, நரன் உன்னை ஒரு கேள்வி கேட்கிறேன்; அதற்கு பதில் உனக்கு தெரியுமாயின் உன் கேள்விக்கு பதிலும் தெரியும் உனக்கு ; அக்கேள்வி என்ன வென்றால் - மரம் இல்லாமல் விதையுண்டாகாது, விதையில்லாமல் மரம் உண்டாகாது, இரண்டில் எது முதலில் உண்டாயிற்று, யோசித்துப் பார் என்றார்.

4. கொஞ்ச நாள் பொறுத்து சிஷ்யன் குருவை அணுகி "சுவாமி நீங்கள் சொன்னபடியே அநேகருக்கு என்னால் இயன்ற அளவு உபகாரம் செய்து வருகிறேன், அப்படி இருந்தும் சிலர் எனக்கு அபகாரம் செய்கிறார்கள் இது என் என்று கேட்க குருவானவர் “அப்பா இந்த கேள்விக்குப் பதில் நம்முடைய ஹிந்து மதத்தில் தான் உளது. அப்படி உனக்கு ஏதாவது கெடுதி நேரிட்டால், அது பூர்வ ஜன்ம கர்மபலன் என்று எண்ணி, முன் ஜென்மத்தில் நாம் செய்த பாபம் இப்பொழுது இப்படி நேர்ந்தது -ஆகவே இத்துடன் அந்த பாபம் ஒழிந்தது, என்று நினைத்து சந்தோஷப்படு" என்றார்.

5. ஒரு நாள் குருவிற்கும் சிஷ்யனுக்கும் மனிதன் ஜீவ்ய காலத்தைப்பற்றி சம்பாஷணைவந்தபோது சிஷ்யன் குருவை நோக்கி ஸ்வாமி நீங்கள் இவ்வுலகில் எத்தனை காலம் உயிருடன் இருக்க விரும்புகிறீர்! என்று கேட்ட போது, அவர் அப்பா ! இவ்வுலகத்திற்கு நான் ஏதாவது தொண்டு செய்யும் சக்தி எனக்குள்ளளவும், உயிருடன் இருக்க விரும்புகிறேன். அச்சக்தி யெல்லாம் நீங்கின உடன் ஈஸ்வரன் என்னை அழைத்துக் கொள்வார்! என்று பதில் உரைத்தார்.

6. ஒரு வெள்ளிக்கிழமை குருவானவர் சிஷ்யனை ஒரு கோயிலுக்கு அழைத்துச் சென்று சுவாமி தரிசனம் முடித்துக் கொண்டு திரும்பினார். திரும்பி வீட்டிற்கு வரும் போது சிஷ்யன் குருவைப் பார்த்து ஸ்வாமி கோயிலுக்குள் இருந்த பொழுது உங்களுக்குத் தெரிந்தவர்கள் பலர் உங்களைக் கண்டு வணங்கினார்களே அவர்களிடம் ஒரு வார்த்தையும் நீங்கள் பேசவில்லையே, அதற்குக் காரணம் என்ன? என்று கேட்டான்.

அதற்கு குருவானவர் அப்பா கோயிலுக்கு போனது சுவாமி தரிசினம் செய்யவா, அல்லது நமக்குத் தெரிந்தவர்களுடன் பேசவா, என்று பதில் உரைத்தார்.

7. "சுவாமி ஒருவன் இவ்வுலகில் நல்லவன் என்று பெயர் எடுப் பது மேலா? அல்லது கெட்டிக்காரன் என்று பெயர் எடுப்பது மேலா? என்று கேட்க, குருவானவர் தம்பி, இவ்வுலகில் ஒருவன் நல்லவன் என்று பெயர் எடுப்பதில் கெட்டிக்காரன் என்று பெயர் எடுப்பதே மேல் என்று விடை கொடுத்தார்.

8. சிஷ்யன் குருவுடன் ஒரு கலியாணத்துக்கு போய் திரும்பும் போது ஸ்வாமி அநேக பேர் கலியாணம் முதலிய சடங்குகளில் ஆசீர்வாதம் செய்கிறார்களே, "இதனால் ஏதாவது உண்மையில் பிரயோஜனம் உண்டா?" என்று கேட்டான் அதற்கு குருவானவர் "அப்பா ஆயிரம் பேர் ஒருவனை ஆசீர்வதித்தால். அவர்களுள் யாராவது ஒருவன் உத்தம புருஷனாய் இருந்தால், அவன் வாக்கு பலிக்குமல்லவா, அதற்காகத்தான் பல பெரியவர்களின் ஆசீர்வாதத்தை மனிதன் விரும்புவது " என்று விடை பகர்ந்தார்,

9. " இல்லறம் மேலா அல்லது துறவறம் மேலா" என்று ஒரு முறை சிஷ்யன் கேட்க குருவானவர் "அப்பா எந்த ஆஸ்ரமத்தில் இருந்த போதிலும் ஒருவன் அந்த ஆஸ்ரமத்தின் விதிப்படி நடந்து வருவாயின் அது மேலாகும் அதைக் கொண்டு முக்தி அடையலாம். திருவள்ளுவர் அறத்தாற்றில் இல்வாழ்க்கை ஆற்றில் புறத்தாற்றிற் போய் பெருவது எவன் என்று கூறி இருப்பதையும் நீ படித்திருக்கிறாய் அல்லவா என்று கூறிமுடித்தார்.

10. ஒரு நாள் சிஷ்யன் குருவிடம் போய் "ஸ்வாமி கோபத்தை அடக்க வேண்டும், என்று எனக்கு பலதரம் சொல்லியிருக்கிறீர்கள்; ஆயினும் என்னால் அதை அடக்க முடியவில்லையே, இதற்கு என்ன செய்வது நான் என்று கேட்டான். குருவானவர் அப்பா நான் இதற்கு ஒரு யுக்தி சொல்லிக் கொடுக்கிறேன், அதன்படி முயன்று பார் அதாவது,

கோபம் வந்த உடனே, யாதும் உமது செயல் என்று ஏழு தரம் சொல்லிவிட்டு பிறகு அந்த கோபம் இருந்தால் உன் இஷ்டப்படிச் செய், நீ ராமாயணம் படிக்கிறாயே அதில் ஆஞ்சனேயர் கோபத்தால் இலங்கையை கொளுத்திய பிறகு, அடடா ! என்ன தப்பிதம் செய்தோம் இலங்கையை கொளுத்திய போதே சீதா தேவியையும் கொளுத்தி இருப்போமே!' என்று வருந்துகிறார் அந்த கட்டத்தை மறுபடியும் படித்துப் பார் என்று உபதேசித்தார்.

11. ஒருநாள் சிஷ்யன் தன்குருவைப் பார்த்து - சுவாமி தங்களை ஒரு கேள்வி கேட்க விரும்புகிறேன், கேட்க எனக்கு உத்திரவு கொடுங்கள் என்றான் குருவானவர் "அப்பா என்ன வேண்டு மென்றாலும் நீ கேட்கலாம் கேள்விக்கு பதில் தெரிந்தால் சொல்கிறேன் இல்லா விட்டால் எனக்கு தெரியாது என்று சொல்லி விடுகிறேன், பயமில்லாமல் கேள் என்றார், அதன் பேரில் சிஷ்யன் "சுவாமி எல்லோரும் இந்துக்களாயிற்றே நீங்கள் மாதா கோவில்களை பார்க்கும் பொழுதும், மசூதிகளை பார்க்கும் பொழுதும், கையெடுத்து கும்பிடுகிறீர்களே, அது ஏன் அப்படி?" என்று கேட்டான். அதன் பேரில் குருவானவர் "அப்பா உன் கேள்விக்கு நான் பதில் சொல்லுகிறேன், அதன் முன் நான் உன்னை ஒரு கேள்வி கேட்பேன் நீ பதில் சொல் என்று சொல்லி, 'சுவாமியானவர் எங்கே இருக்கிறார் சொல் என்று கேட்க, சிஷ்யன் பரம்பொருள் எங்கும் நிறைந்திருக்கிறார் என்று நீங்களே சொல்லி இருக்கிறீர்களே என்றான் குருவானர் 'அதை நீ நம்புவதானால் அந்த பரம் பொருள் மாதா கோயில்களில் இல்லையோ மஹம்மதியர் தொழும் மசூதிகளில் இல்லையோ நீ சின்ன வயதின் போது ஔவையார் கதை ஒன்றைக் கேட்டதில்லையா? ஔவையார் ஒரு நாள் சுவாமி கோயிலுக்கு எதிரில் தன்கால்களை நீட்டிப் படுத்தார்களாம் அப்போது அங்கிருந்தவர் 'என்ன அம்மா சுவாமியிருக்கிற இடத்துக்கு எதிரில் காலை நீட்டி படுக்கலாமா என்று கோபித்துக் கேட்டார்களாம், அதற்கு ஔவை ; ஐய்யா, கோபிக்காதீர்கள், சுவாமி இல்லாத இடத்தைக் காட்டுங்கள்

அந்தப் பக்கம் என் காலை நீட்டிப் படுத்துக் கொள்கிறேன்" என்று பதில் சொன்னார்களாம். இப்பொழுது தெரிகிறதா நான் கூறியதின் அர்த்தம் என்று பதில் சொல்லி சிஷ்யனுக்கு புத்தி கற்பித்தார் குருவானவர்

12.ஒரு நாள் குருவும் சிஷ்யனும் இரயிலில் ஏறி காலை முதல் சாயங்காலம் வரையில் பிரயாணம் செய்து விட்டு ஒரு ஓட்டலுக்குப் போய் சாப்பிட உட்கார்ந்தார்கள், அப்பொழுது சிஷ்யன் சுவாமி இன்றைக்கு குளித்து பூஜை செய்யாமல் சாப்பிடுகிறோமே! இதற்கு என்ன செய்வது என்று கேட்டான் அதற்கு அவர் பின் வருமாறு விடை பகர்ந்தார், "அப்பா இரயில் இருக்கும்போதே ஸ்நானமும் பூஜையும் முடித்துக் கொண்டேன் - மானசீகமாய், நீ மஹாபாரதத்தில் படித்ததில்லையா ?-- அந்த கதையை சொல்கிறேன்; அர்ஜுனன் தான் தான் பெரிய சிவபூஜை செய்கிறதாக கர்வம் கொண்டிருந்தான். அதை அடக்க வேண்டும் என்று கிருஷ்ணபகவான் அர்ஜுனனை அழைத்துக் கொண்டு கைலாயத்துக்கு போகும் வழியில் சிவகணங்கள் எல்லாம் பெரிய கூடைகளில் புஷ்பங்களை எடுத்துக் கொண்டு எதிரில் வருவதை பார்க்கச் செய்தார். ஸ்ரீ கிருஷ்ணன் அப்பூதங்களை இந்த புஷ்பங்கள் எல்லாம் ஏது என்று கேட்க அப்பூதங்கள் "என்ன ஸ்வாமி பூலோகத்தில் பீமன் என்ற ஒருவன் மானசீகமாக கூடை கூடையாய் புஷ்பங்களால் சிவ பெருமானைப் பூஜிக்கிறான் அப் புஷ்பங்களை தினமும் களைந்து விடுவதே எங்களுக்கு பெரிய கஷ்டமாய் போயிற்று' என்று பதில் உரைத்தன, அர்ஜுனன் கர்வம் அடங்கிற்று, மானசீக பூஜை என்றால் இன்னதென்று தெரிந்துக் கொண்டான். இப்போது நீயும் தெரிந்துக் கொண்டாய் அல்லவா' என்று கூறி முடித்தார்.

13. ஒரு முறை குருவும் சிஷ்யனும் சாயங்காலம் கோயிலுக்குப் போய் அங்கு நடக்கும் சாயங்கால தீபாராதனையை பார்த்துவிட்டு திரும்பினார்கள். வீட்டுக்கு போகிற வழியில் சிஷ்யன் குருவைப் பார்த்து "ஸ்வாமி, கடவுள்தானே நமக்கு எல்லாப் பொருள்களையும் கொடுக்கிறார், அவருக்கே அவர்

கொடுக்கும் பொருள்களையே நைவேத்யம் செய்வதில் என்ன அர்த்தம்? என்று கேட்டான் குருவானவர் பதில் ஒன்றும் சொல்லவில்லை உடனே, கொஞ்சம் தூரம் வழியில் ஓர் மிட்டாய் கடையண்டை வரும்போது குரு சிஷ்யனை கொஞ்சம் மிட்டாய் வாங்கிக்கொண்டு வரும்படி சொன்னார்; சிஷ்யன் உங்களுக்கு என்ன மிட்டாய் வேண்டும்? என்று கேட்க குரு "எனக்கல்ல நான் மிட்டாய் சாப்பிடுவதில்லை, நீ வாங்கிக்கொண்டு வா! என்று ஆக்ஞாபிக்க சிஷ்யன் எட்டணாவுக்கு பூந்தி லட்டு வாங்கிக்கொண்டு வந்தான் சிஷ்யன் வீட்டிற்கு இருவரும் போனவுடன் குரு "அப்பா உன் பெரிய குழந்தையைக் கூப்பிட்டு அவனிடம் இந்த மிட்டாயைக் கொடுத்து குழந்தைகளை யெல்லாம் சாப்பிடச்சொல்" என்றார் சிஷ்யன் அப்படியே செய்ய அப்பெரிய குழந்தை தன் தம்பிக்கும் தங்கைக்கும் லட்டில் கொஞ்சம் கொடுத்துவிட்டு பெரியவரிடம் வந்து "தாத்தா நீங்கள் கொஞ்சம் சாப்பிடுகிறீர்களா" என்று கேட்க குரு "எனக்கு வேண்டாம் அப்பா நீ கேட்டியே அதுவே போதும் எனக்கு" என்று சொன்னார், கடைசியில் அக்குழந்தை தன் தகப்பனாரிடம் போய் "அப்பா நீங்கள் கொஞ்சம் சாப்பிடுங்கள் மிகவும் நன்றாய் இருக்கிறது" என்று தகப்பன் கையில் கொடுக்க சிஷ்யன் அதை வாங்கி மிகவும் சந்தோஷத்துடன் புசித்தான். அப்பொழுது குருவானவர் "நீ கேட்ட கேள்விக்குப் பதில் இப்போது கிடைத்ததா" என்று சிஷ்யனைக் கேட்க சிஷ்யன் ஸ்வாமி பதிலும் கிடைத்தது புத்தியும் வந்தது என்று பதில் உரைத்தான்.

14. ஒருநாள் ஏதோ ஒரு கஷ்டத்துக்கு உட்பட்ட சிஷ்யனானவன் சுவாமி, கருணைக் கடவுள் மனிதனுக்கு ஏன் கஷ்டத்தை அடிக்கடி அனுப்புகிறார்? என்று கேட்டான் அதற்கு குருவானவர் இதற்கு பதில் ஒரு விதத்தில் கூறுகிறேன். சந்தோஷமாய் இருக்கும் போது எத்தனை பேர் கடவுளைப் பற்றி நினைக்கிறார்கள்? ஆயிரத்தில் ஒருவன் கூட இருக்க மாட்டான் அல்லவா? சாதாரண மனிதன் கஷ்டம் வந்தால் தானே கடவுளைப்பற்றி நினைக்கிறான். இதற்காக

இருக்கலாம் ஒரு வேளை, நீ மஹாபாரதத்தில் குந்தி தேவியின் வாக்கியத்தை கேட்டதில்லையா? ஒரு முறை ஸ்ரீ கிருஷ்ண பகவான் அவர்களிட மிருந்து தன் ஊருக்கு போக விடை கேட்கும் போது 'அத்தை, உனக்கு என்ன வேண்டும் சொல்' என்றாராம், இதற்கு குந்தி 'கிருஷ்ணா எனக்கு மேலும் மேலும் கஷ்டமே வர வேண்டும் ! என்றார்களாம்' அதன் பேரில் கிருஷ்ணன் ‘என்ன அத்தை ! எல்லோரும் நன்மை வர வேண்டும் என்று கோருகிறார்களே, நீ மாத்திரம் இப்படி கேட்கின்றாயே என்று கேட்க 'குந்தி' கிருஷ்ணா மேலும் மேலும் கஷ்டங்கள் வந்தால் தான் உன்னை நான் அடிக்கடி நினைத்துக் கொண்டிருப்பேன்' என்று பதில் தந்தார்களாம்.

15. ஒரு நாள் குருவானவர் சிஷ்யனைப் பார்த்து "அப்பா இனி நீ கல்யாணம் செய்து கொண்டு கிரகஸ்த ஆஸ்சிரமத்தை மேற் கொள்ள வேண்டும் என்று கட்டளையிட சிஷ்யன் வருத்தத்துடன் "என்ன ஸ்வாமி இத்தனை வருடங்களாக உங்களுடன் பழகி துறவறத்தின் தூய்மையை அறிந்த பிறகு என்னை இல்லறத்தை மேற் கொள்ளச் சொல்லுகிறீர்களே " என்று கேட்டான். அதற்கு குருவானவர் "அப்பா அப்படி அல்ல நமது முன்னோர்கள் மிகுந்த புத்தி கூர்மையில் ஒருவன் இன்னின்ன வயதில் இன்னின்ன ஆஸ்ரமத்தை கைப்பற்றி ஒழுகவேண்டும்" என்று கூறியிருக்கிறார்கள் சிறு வயதில் ஒருவன் பிரம்மச்சாரி ஆஸ்ரமத்தில் கற்க வேண்டியவைகளை யெல்லாம் கற்றபின் தக்கப் பருவத்தில் கிரகஸ்த ஆஸ்ரமத்தை கைப்பற்ற வேண்டும் என்றும் அதன் பிறகு நடுவயதானவுடன் முதிர்வயதாரம்பத்தில் வானப்பிரஸ்த ஆஸ்ரமத்தை மேற்கொள்ள வேண்டும் என்றும் கடைசியில் என்னைப் போல் வயது முதிர்ந்தவுடன் சன்யாசத்தை அடைய வேண்டும் என்றும் விதித்திருக் கிறார்கள் என்று கூறி முடித்தார்.

16. சிஷ்யன் ஒரு நாள் குருவைப் பார்த்து "சுவாமி உலகத்திற் கெல்லாம் நம்மாலியன்ற அளவு உபகாரம் செய்ய வேண்டும் என்று அடிக்கடி சொல்கிறீர்களே - ஏழைகளாகிய நம்மால் உலகத்திற்கு என்ன உபகாரம் செய்ய முடியும் என்று

கேட்டான். குருவானவர் அச்சமயம் அக்கேள்விக்கு ஒன்றும் பதில் சொல்லவில்லை. மறுநாள் குருவான வர் சிஷ்யனை அழைத்துக் கொண்டு பக்கத்திலிருக்கும் ஊருக்குப் பிரயாணம் போகும் படி நேரிட்டது அப்படி இருவருமாகப் போய்க் கொண்டிருக்கும் போது, வழியில் ஒருத்தி மாம்பழம் விற்கும் கூடையிலிருந்து ஒரு பழம் கீழே நழுவி விழுந்து விட்டது. தலை மீது கூடையை வைத்துக் கொண்டிருந்த அக்கிழவி குனிந்து அப்பழத்தை எடுக்க முடியாததால் இங்கும் அங்கும் திரும்பிப் பார்த்துக் கொண்டிருந்தாள். உடனே இதைக் கண்ட குருவானவர் அப்பழத்தை எடுத்து அவள் கூடையில் வைத்தார். வேகமாய்ப் போய்க் கொண்டிருந்த இவர்கள் கொஞ்ச தூரம் சென்றபின் சிஷ்யன் குருவைப் பார்த்து, "சுவாமி, நான் அதை செய்திருக்க வேண்டும், அப்பொழுது அது எனக்கு மனதில் தோன்றாமற் போச்சுது-ஆயினும் அக்கிழவி இதற்காக உமக்கு ஒரு நல்வார்த்தையாவது கூறியிருக்கலாகாதா ?" என்று கேட்டான். குருவானவர் அதற்கு அப்பா அவள் சொல்லாமற் போனால் போகிறது அவள் முகத்தை அச்சமயம் உற்று பார்த்தாயா என்று கேட்க, "பார்த்தேன் சுவாமி, சந்தோஷமாகத்தான் போனாள் என்றான். இன்னும் கொஞ்ச தூரம் போனபின், பாதையில் ஒரு புறம் சிறு பையன் அழுது கொண்டிருந்தான். அதைக் கண்ட தும் குருவானவர் அப்பா அப்பையன் ஏன் அழுகிறான் விசாரித்து வா, என்று அனுப்பினார் சிஷ்யன் போய் விசாரித்து விட்டுத் திரும்பி வந்து வேறொன்றுமில்லை சுவாமி, அப்பையன் கையில் வைத்திருந்த ஒரு பைசா எங்கோயோ விழுந்து விட்டது என்று அழுது கொண்டிருந்தான். நான் சுற்றி பார்த்து அங்கு ஒரு பொந்தில் விழுந்திருந்த அப்பைசாவை அவனிடம் கொடுத்துவிட்டு வந்தேன்" என்றான். குருவானவர் மிகவும் சந்தோஷம், நல்ல வேலை செய்தாய் அப்பையன் அதற்காக உனக்கு ஏதாவது வந்தனம் செய்தானா? என்று கேட்க, அவன் ஒன்றும் சொல்லவில்லை, அழுகையை நிறுத்தி விட்டு, 'சிரித் துக்கொண்டு, ஓடிப்போய் விட்டான்.' என்று சிஷ்யன் பதில் சொன்னான். அப்போது, குருவானவர் அப்பா நேற்று, இவ்வுலகத் தில் பணக்காரர்களும், உயர்ந்த

பதவியிலிருப்பவர்களும் தான் உலகத் திற்கு உபகாரம் செய்ய முடியும். ஏழைகளாகிய நம்மால் என்ன செய்ய முடியும் என்று சந்தேகப் பட்டாயே அதற்கு பதில் இதுதான் என்றார்.

17. சுவாமி, உத்தம புருஷன் என்று நீங்கள் சில சமயங் களில் கூறியிருக்கிறீர்கள், அந்த உத்தம புருஷன் எப்படிப் பட்டவனாய் இருப்பான் என்று தயவு செய்து தெரிவிக்க வேண்டும் என்று ஒரு நாள் சிஷ்யன் கேட்க, குரு இவ்வாறு பதில் சொன்னார்; "உத்தம புருஷன் என்றால் நல் அறிவும், நற்குணமும், நன் நடக்கையும் நிறைந்தவனாய் இருக்கவேண்டும்; ஒரு உத்தம புருஷனை பல விதமாக வர்ணிக்கலாம். ஒரு உதாரணம் கூறுகிறேன் கேள் - பழங்காலத்து பெரியார் ஒருவர் மனிதர்களை மூன்று விதமாக பிரித்திருக்கிறார். (1) எவன் ஒருவன் மற்றவர்கள் கெட்டு தான் மாத்திரம் வாழ வேண்டு மென்று நினைக்கிறானோ அவன் அதமனாவன். (2) எவன் ஒருவன் மற்றவர்களும் வாழ வேண்டும் தானும் வாழ வேண்டும் என எண்ணுகிறானோ அவன் மத்தியமன். (3) எவன் ஒருவன் நமக்கு கேடு வந்தாலும் வரட்டும் மற்றவர்களாவது நன்றாக வாழட்டும் என்று எண்ணுகிறானோ அவன்தான் உத்தமன் நீ உத்தம புருஷனுடைய எல்லா குணங்களையும் அறிய வேண்டும் என்று விரும்பினால் வால்மீகி ராமாயணத்தை எடுத்து ஸ்ரீராமருடைய குணாதிசயங்களை நன்றாய் கவனிததுப் பார்" என்றார்.

18. சிஷ்யன் பெரியவனாகி, குருவின் ஆக்கினைப்படி கலியாணம் செய்து கொண்டு, இல்லறம் நடத்தலானான் அப்படி அவன் நடத்தும் காலத்தில் குருவானவர், அவர் வழக்கப்படி சிஷ்யன் பிறந்த நாளில், சிஷ்யன் வீட்டிற்கு உணவு கொள்ள வந்தார். வந்தவரை உபசரித்து போஜனம் கொள்ளும்படிச் செய்தவுடன், குருவானவர் சிஷ்யனை ஆசிர்வதித்துவிட்டு, விடைபெற்றுப் போகுமுன் அப்பா, உன் மனதில் ஏதாவது குறை இருந்தால் கேள் என்று கேட்க

சிஷ்யன் "சுவாமி சென்ற வருஷம் சில மாதங்கள் ஜ்வரத்தினால் பீடிக்கப்பட்டு கஷ்டப் பட்டேன் அம்மாதிரி நான் இனி கஷ்டப்படாதிருக்கும்படி ஆசிர்வதியுங்கள் என்று சொன்னான். அதற்கு அவர் அப்பா, பரமாத்மா, உன் இஷ்டத்தை நிறைவேற்றுவாராக ! என்று ஆசிர்வாதம் செய்து விட்டுப் போய்விட்டார்.

மறுவருடம் சிஷ்யன் பிறந்ததினம் குரு வந்தபோது, அவன் உடல் நலத்தைப் பற்றி விசாரித்தபோது 'சுவாமி, என்தேகம் சௌக்கிமாகத்தானிருக்கிறேன், உங்கள் ஆசீர்வாதத்தால் என்று பதில் உரைக்க அப்பா, உன் மனதில் இன்னும் ஏதோ குறை இருக்கிறது போல் தோன்றுகிறதே, அதையும் தெரிவி என்று கேட்டு-சிஷ்யன் சுவாமி, என் தங்கை ஒருத்தி வியாதியால் பீடிக்கப்பட்டிருக்கிறாள்: அவள் அசௌக்கியமாயிருக்கும்போது. என் மனதில் நிம்மதியில்லா திருக்கிறது ஆகவே, என் உற்றார் உறவினர் எல்லோரும் ஷேமமாயிருக்க வேண்டுமென்று, ஆசிர்வதியுங்கள்!' என்று வேண்டினான், குரு பரமாத்மா உன் மனோபீஷ்டத்தை நிறைவேற்றுவாராக என்று சொல்லிப் போனார்.

மறுவருடம் வந்து குருவானவர் வழக்கப்படி சிஷ்யன் யோகட் சேமத்தை விசாரித்தபோது, சிஷ்யன் சுவாமி, எங்கள் தெருவில், வாந்தி பேதிகண்டு சிலர் மாண்டனர் அவர்களில் ஒருவர் என் நண்பர்- ஆகவே, என் தெருவிலும் அக்கம் பக்கங்களிலும் உள்ளவர்களும் சவுக்கியமாக இருக்க வேண்டுமென்று ஆசிர்வதியுங்கள்!' என்று கேட்டுக் கொண்டான் முன்போலவே குருவானவரும் பரமாத்மாவின் அருளால் அங்கனமே ஆகும் என்று ஆசிர்வதித்துப் போனார்.

மறு வருடம் குருவானவர் சிஷ்யனைச் சந்தித்து, தன் வழக்கப்படி அவனது யோகட்சேமத்தை விசாரித்தபோது சிஷ்யன் "இவ்வருடம் எங்கள் ஊரில் பிளேக் வியாதி வந்திருக்கிறது அதனால் அதிகம் பேர் மாண்டார்கள்; எனக்கும் எந்த சமயம் என்னையும் என் சுற்றத்தாரையும் பீடிக்குமோ என்னும் பயம் அதிகமாயிருக்கிறது ஊரெங்கும்

இந்த வியாதி நீங்கி, என் பயமும் நீங்க வேண்டுமென்று ஆசிர்வதியுங்கள் என்று கேட்டுக் கொண்டான் குருவும் பரமாத்மா அருளால் அவ்விதமே ஆகும்' என்று ஆசிர்வதித்துப் போனார்.

மறு வருடம் வந்தபோது "சுவாமி என் வரைக்கும் க்ஷேமமாகத் தானிருக்கிறேன் ஆயினும் அதில் என்ன பிரயோஜனம் நமது தேசத்திலேயே பஞ்சம் வந்திருக்கிறது எத்தனை ஜனங்கள் உண்ண உணவின்றி பரிதபிக்கின்றனர்; அதைக்கண்டு என் மனம் சகிக்கவில்லை நமது இந்தியா தேசமுழுவதும் பஞ்சம் நீங்கி ஜனங்கள் சந்தோஷமாயிருக்க வேண்டுமென்று ஆசிர்வதியுங்கள்" என்று வேண்டிக்கொள்ள, அதன்படியே குருவும் ஆசிர்வதித்துப் போனார்.

மறுமுறை குருவானவர் வந்தபோது சிஷ்யன் அவரை அடியிற் கண்டவாறு பிரார்த்தித்தான் "சுவாமி, உலக யுத்தம் மறுபடியும் வரும் போலிருக்கிறது என்று பலர் சொல்லுகிறார்கள் அவ்வாறு வந்தால் உலகத்திலுள்ள எத்தனை கோடிஜனங்களுக்கு கஷ்டம்! ஆகவே, உலகமெங்கும் இந்த பயம் நீங்கி, உலகத்தோரெல்லாம் சந்தோஷமாயி ருந்தால்தான், நானும் சந்தோஷமாயிருக்க முடியும், ஆகவே உலகமெல்லாம் ஒரு குறையுமின்றி, சந்தோஷமாய் வாழ வேண்டுமென்று ஆசீர்வதியுங்கள் என்று கேட்டுக் கொண்டான். அப்பா அப்படித்தான் நானும் பிரார்த்திக்கிறேன் பரமேஸ்வரர் கருணையினால் உலக முழுவதும் க்ஷேமமாயிருக்குமாக! அப்பா! உனக்கு ஞானம் உதயமாகிவிட்டது இனி நான் உனக்கு உபதேசம் செய்ய வேண்டியதொன்று மில்லை! என்று குரு சொன்னார் "சிஷ்யன் ஸ்வாமி! அப்படிச் சொல்லக் கூடாது நீங்கள் அடிக்கடி வந்து எனக்கு புத்திமதி கூறி, ஆட்கொள்ள வேண்டும் என்று பணிந்து கேட்டுக் கொண்டான்.

முற்றிற்று

★★★

9 788199 792685